மொழி அரசியல்

ஜெகாதா

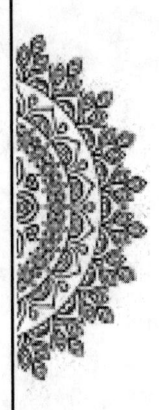

Title
Mozhi Arasiyal
Jakatha
ISBN: 978-93-6666-301-2
Title Code : Sathyaa - 125

நூல் தலைப்பு
மொழி அரசியல்

நூல் ஆசிரியர்
ஜெகாதா

முதற்பதிப்பு
டிசம்பர் 2024

விலை : ₹160

பக்கம் : 120

Printed in India

Published by

Sathyaa Enterprises
No.134, First Floor,
Choolaimedu high road, Choolaimedu,
Chennai - 600 094.
044 - 4507 4203

Email
sathyaabooks@gmail.com

உள்ளே...

1. மானுடத்தின் தொன்மையான வரலாறு — 5
2. உலகின் மூத்த மொழி — 10
3. தேவ பாஷையும் சித்தர் எதிர்ப்பும் — 18
4. இந்தியாவின் அலுவல் மொழிகள் — 24
5. மொழி அரசியலும் நேருவின் வாக்குறுதியும் — 34
6. தொன்ம மொழி உணர்த்தும் புவியின் வரலாறு — 37
7. தமிழ்மொழியை எதிர்த்து அரசியல் களம் — 45
8. கடவுளும் கடல் வெள்ளமும் — 51
9. ஆரியத் திராவிடப் போராட்டம் — 64
10. திராவிட மொழிகள் பேசும் மக்கள் — 69
11. ஆன்மீக அரசியலில் மொழியின் ஆளுமை! — 72
12. தமிழ்மொழியின் காலப்பரவல் — 78

13.	வெடித்துக் கிளம்பும் இந்தி எதிர்ப்பு போராட்டம்	84
14.	இந்தி மயமாக்கப்பட்ட இந்தியாவின் தேசியவாதம்	89
15.	முன்ஷி – அய்யங்கார் உடன்பாடு	93
16.	இந்தி – இந்து – இந்துஸ்தான்	98
17.	பண்டைய தமிழ் நாகரிகம்	102
18.	எங்கும் தமிழ் எதிலும் தமிழ்	106
19.	மொழி உரிமையும் நாட்டு ஒற்றுமையும்	110
20.	இந்தி எதிர்ப்பையும், சமூக நீதியையும் முன்னெடுத்த இயக்கம்	112
21.	தமிழ்மொழி வளர்ச்சிக்கு கூடுதல் நிதி ஒதுக்கீடு	119

◻

1. மானுடத்தின் தொன்மையான வரலாறு

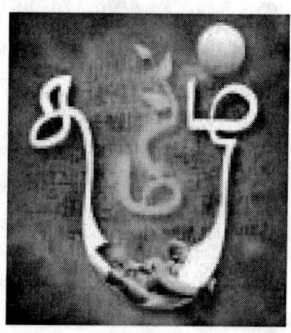

மிகமிகத் தொன்மையானது தமிழகத்தின் வரலாறு. தமிழகத்தை ஆய்வு செய்யாது உலக வரலாற்றை முழுமையாக ஆய்வு செய்வது கடினம்.

பூமி இயல் ஆய்வாளரோ மானுட வரலாற்றினை ஆய்ந்தெழுத முற்படுபவரோ, மனித நாகரீகம், பண்பாடு, கலை, கலாச்சார விளக்க நூல் படைப்பவரோ தமிழ்நாட்டை அலசி ஆராயாமல் இலக்கை எய்திட முடியாது.

உயிரினங்களும், மனித இனமும் முதன் முதலில் தோன்றியது லெமூரியா எனும் கண்டத்தில்தான் என்பது நிலவியல் ஆய்வாளர் அனைவரின் கூற்று.

லெமூரியாக் கண்டம் நீரில் மூழ்கிய பின்னர் எழுந்ததே இமயப் பெருங்குன்றம். இமயப் பகுதி அதற்கு முன்பு ஆழ்கடலாகயிருந்தது என்பது ஆய்வு பூர்வ உண்மை!

இந்து மகா கடலும், ஏனைய கடல்களும் லெமூரியாக் கண்டத்தை பிரிந்த பின்னர் தோன்றியது இன்றைய இந்தியா எனும் நாவலந்தீவு.

அந்நாளில் மானுடர் வாழ்வாதாரமற்ற பகுதியாக நாவலந் தீவின் வடபகுதி இருந்தது. விந்திய மலைக்கு இப்பால் உள்ள நிலப்பரப்பே மனித வாழ்க்கைக்கு ஏற்புடையதாக இருந்தது என்பர்.

அதிலும் குறிப்பாக தென் மாநிலமாகிய தமிழ்நிலமே ‘குமரி நாடு’ என்ற நிலப்பகுதியே மக்களின் வாழ்நிலைக்குத்தக்க நிலமாக திகழ்ந்தது.

இந்த நிலப்பரப்பில் தான் மனிதன் முதன்முதலில் தோன்றி வாழத் தொடங்கினான் என்றும், அவன் பேசிய மொழியே தமிழ்மொழி என்றும் பெரும்பாலான ஆய்வாளர்கள் இயம்பியுள்ளனர்.

மனித குலத்தின் இந்த வரலாற்றடுக்கை இஸ்லாமியமும் ஏற்றிருப் பதைக் காண முடிகிறது.

‘சரந்தீப்’ என்றொரு தீவு இருந்தது. அந்தத் தீவிலுள்ள உயரமான மலையின் மீதுதான் ஆண்டவரின் தூதரான ஆதம் நபி என்பவர் சுவர்க்கத்திலிருந்து தூக்கி எறியப்பட்டார். அவர் தாம் இன்றைய உலக மானிடரின் தந்தையாவார் என்று இஸ்லாமியம் கூறுகின்றது.

ஆதம்நபி பாவமன்னிப்புக் கோரி இறைவனிடத்து இறைஞ்சி வேண்டி நின்ற மலை இலங்கையில் ஹட்டன் (தொப்பித் தோட்டம்) என்னும் பகுதியில் உள்ளது.

இம்மலையை முஸ்லீம்கள், ‘ஆதம் பாவா மலை’ என்கின்றனர். இந்துக்கள் சிவன் பாத மலை என்கின்றனர். பௌத்தர்கள், கிறிஸ்தவர்கள் போன்ற அனைவரும் உரிமையோடு போற்றிக் கொண்டாடும் மலையாக இம்மலை விளங்குகிறது.

ஆதம் நபி உலக மானிடரின் தந்தை என்பதாலும் பாவ மன்னிப்புக் கோரி இறைவன் பால் வேண்டி நின்றிருந்த மலை இலங்கை ஹட்டன் பகுதியில் தான் உள்ளதென்பதாலும் இந்த இலங்கை, முந்திய லெமூரியாக் கண்டத்தின் சிதறுண்ட ஒரு துண்டு நிலம் என்பதாலும், இலங்கையிலும் இந்தியாவின் தென் கோடியான தமிழகத்திலும் காலந்தெரியா காலந்தொட்டே தமிழின மக்கள் வாழ்ந்து வருவதாலும், ஆதியில் மனித இனம் தோன்றிய நிலம்

தமிழ்நிலம் என்பதும் அவ்வினம் பேசிய மொழி தமிழ்மொழி என்பதும் ஏற்புடையதாக உள்ளது.

லெமூரியாக்கண்டம் நீரில் மூழ்கிய போது குமரி நாடும் அதனின்றும் வடக்கு நோக்கிச் செல்கின்ற நாவலந்தீவும் (இந்தியா) தான் அன்றைய உலகின் கண் நிலவிய முதல் நிலப்பரப்பு என்ற ஆய்வு முடிவு ஏற்புடையது எனில் மனித இனத்தின் தோற்றுவாய் நிலம் தமிழ் நிலம் தான் என்பதில் எவ்வித ஐயத்திற்கும் இடமில்லை.

இந்த இனம் பேசிய மொழி தமிழ்மொழி, இம்மொழியிலிருந்தே ஏனைய மொழிகள் தோன்றின என்கிற கூற்றும் உண்மையேயாகும்.

தமிழகத்திலிருந்தே இந்தியாவின் ஏனைய பகுதிகட்கும் உலகின் கண் உள்ள எல்லா கண்டங்களுக்கும் மக்கள் சென்று குடியேறி பரவி நிலைத்து நின்று வாழலாயினர் என்பதும் நினைவில் கொள்ளத் தக்கதாகும்.

இதனை மெய்ப்பிப்பது போன்றிருக்கும் நம்முடைய முதுமொழி, 'கல் தோன்றி மண் தோன்றாக் காலத்தே வாளோடு முன் தோன்றி மூத்த குடி தமிழ்க்குடி' என்பது கவனத்திற்குரியது.

இதில் யாதொரு ஐயப்பாடும் இல்லை. மனிதன் தோன்றிய நிலத்தில் தான், அவன் நிலைத்து வாழ்ந்த பகுதியில் தான் நாகரீகம், பண்பாடு, கலை, கலாச்சாரம் போன்றவை தோன்றி வளர இயலும். எனவே மனித நாகரீகம் அனைத்தும் முதன் முதலில் தோன்றிய நிலம் தமிழ் நிலமே என்கின்றனர் ஆய்வாளர்கள்.

மனிதன் தோன்றிய பின்னர் பேசும் மொழி தோன்றிய வளரலா யிற்று. அம்மொழியின் வளர்ச்சியை ஒட்டி கலை, கலாச்சாரம், பண்பாடு, நாகரீகம் அனைத்தும் வளர்ந்தன.

அதன்பின் இவையாவற்றையும் செம்மையுற நடத்துவதற்கு தலைவர்கள் தோன்றி உருவானார்கள். இத்தலைவர்கள் மன்னர் களானார்கள். இத்தகைய தொரு மனிதகுல வளர்ச்சி நிலையானது மானிட சமுதாயம் வாழ்ந்த எல்லாப் பகுதிகளிலும் உருவாயிற்று. அந்த அடிப்படையில் தமிழகத்தை மூன்று பிரிவுகளாக்கி மூன்று மன்னர் தனித்தனியே ஆளத் தலைப்பட்டனர். சேர, சோழ,

பாண்டியர் என்ற பெயரும் அப்பெயர்களைக் கொண்ட நாடுகளும் உருவாயிற்று.

சேர, சோழ, பாண்டியர்கள் தொன்மையான தமிழ்க்குடியினர். இவர்கள் வீரம், விவேகம், வாய்மை, நேர்மை, நீதி போன்ற நலன்கள் துலங்க நாடாண்ட நன் மன்னராவார்.

இவர்கட்கு பிறர் நிலத்தை அடிமைப்படுத்தி ஆளுகின்ற போராசை இருந்ததாகத் தெரியவில்லை. தங்களைத் தற்காத்துக் கொள்ளவும் தங்களின் வாள்வலி காட்டவுமே இவர்கள் கடல் கடந்தும் போர் மேற்கொண்டுள்ளனர்.

ஆனால் அப்படி வென்ற நாடுகளில் நின்று நிலைத்து ஆட்சி நடத்தாமல் தம்மால் வீழ்த்தப்பட்டோரிடத்தே ஆட்சியைத் தந்து வந்ததும் இம்மாமன்னர்களின் சிறப்பியல்புகளாக கூறுகிறது வரலாறு.

ஆனாலும் இவர்கள் ஒருவரை ஒருவர் பகைக்காமல், எதிர்க்காமல், வீழ்த்தாமல் வாழ்ந்தவர் என்பதாக வரலாறு இல்லை. ஒருவரை யொருவர் எதிர்த்து ஓயாது போரிட்டு நின்றனர் என்பதே இவர்கள் வரலாறு.

கி.பி. பன்னிரண்டாம் நூற்றாண்டு வரை பிறர்க்கடிமையின்றி பீடுடன் நடந்த அரச வரலாறாகவே இவர்களது வரலாறு காணப் படுகிறது.

பன்னிரண்டாம் நூற்றாண்டிற்குப் பின்னர் எழுந்த அரசியல் பேரலைகள் சேர, சோழ பாண்டிய வல்லரசுகளின் ஆற்றலைக் குறைத்துக் கொண்டே வந்து பதினைந்தாம் நூற்றாண்டிற்கப்பால் நிலைத்து நிற்க இயலாதவாறு செய்து விட்டது அறிய முடிகிறது. இம் மூவேந்தர் தம் ஆட்சியின் வீழ்ச்சி தமிழின மக்களின் நல்வாழ்வில் வீழ்ந்த பேரிடியாயிற்று என்பது உண்மை!

அதன் பின்னர் தமிழின மக்கள் அரசியலில் மட்டுமின்றி மொழி, கலை, கலாச்சாரம், பண்பாடு, வணிகம் போன்ற அனைத்திலும் பின்னுக்கு தள்ளப்பட்டு விட்டனர். ஈந்து வாழ்ந்த தமிழின மக்கள் அணி அணியாக அன்னிய நாடுகட்கு கூலிகளாக செல்ல ஆரம்பித்தது பெரும் சோகம்.

பர்மா நாட்டின் விளை பொருட்களின் விற்பனை தமிழகக் கடல் துறைகளில் நடந்த காலம் மாறி, தமிழின மக்கள் பர்மா நாட்டுக்குச் சென்று உழுது, மரம் வெட்டி வாழ்க்கை நடத்த தள்ளப்பட்டனர்.

இலங்கை நாட்டின் இயற்கை வளம் தருகின்ற விளைபொருட்களை நம் புகார் துறைமுகத்திலும், கொற்கைத் துறைமுகத்திலும் விற்பனை செய்த காலம் போய் தமிழக மக்கள் இலங்கைத் தீவின் தேயிலைத் தோட்டங்களில் கொழுந்து கிள்ளி நொந்து நூலாகிய கொடுமை யெல்லாம் நேர்ந்தது.

மலேசியா, சிங்கப்பூர் நாடுகளின் ரப்பர் மரப்பால் கறந்து கண்ணீர் கடலில் தமிழ் மக்கள் மூழ்கிய சோகம் மூவேந்தர் ஆட்சி மறைந்த பின்னர் தான் நிகழ்ந்தது.

2. உலகின் மூத்த மொழி

முதல் மனித இனம் தோன்றிப் பரவிய இடத்தில் தான் மருத்துவமும் முதன் முதலில் தோன்றியிருக்க வேண்டும்.

குமரிக்கண்டத்திலிருந்து தென்னிந்தியா, எகிப்து வழியாகத்தான் ஆசியாவுக்கும் ஐரோப்பாவுக்கும், சீனா, அமெரிக்கா போன்ற உலகின் பிற இடங்களுக்கும் மனித இனம் பரவியிருக்கிறது.

திராவிடர்கள் தான் உலகுக்கு மொழியைத் தந்தார்கள் என்றும் திராவிட மொழிக் குடும்பத்தில் தாயாக உள்ள தமிழ்மொழியே உலகின் மூத்தமொழி என்றும், உலகின் மூத்தமொழியில் தான் மருத்துவம், வானியல், சோதிடம் போன்ற கலைகள் முதலில் வளர்ச்சியுற்றிருக்க வேண்டும் என்று அறியப்படுகிறது.

முதன்மைத் தோற்றமும், மூத்த நாகரீகமும் கொண்ட தமிழர்களே மருத்துவத் துறையிலும் முந்து நடை போட்டிருக்க வேண்டும் என்பது தெளிவாகிறது.

எகிப்தில் பதப்படுத்தி வைக்கப்பட்டுள்ள சடலங்களை (மம்மிகள்) சுற்றியிடப்பட்ட பொருள்கள் (புளி, அவுரி, மஸ்லின் போன்றவை

யெல்லாம் தமிழகத்துப் பொருட்கள் என்று அறியப்படுகிறது. சடலங்களை பதப்படுத்துவதற்கு என்னென்ன பொருட்கள் பயன்படுத்தப்பட வேண்டும் என்பது தொடர்பான மருத்துவ அறிவு எகிப்தியருக்கு முன்பே தமிழர்களுக்குத் தெரிந்திருக்கிறது.

சுமேரியா நாகரீகமும், சிந்து சமவெளி நாகரீகமும், எகிப்திய நாகரீகமும், கிரேக்க நாகரீகமும், தழைத்தோங்கிய காலங்களி லெல்லாம் தென்னிந்தியாவில் வாழ்ந்திருந்த தமிழர்கள் செம்மாந்த நாகரீகம் வாழ்வை மேற்கொண்டிருந்தனர் என்பதும், வெளிநாடு களுடன் வணிகத் தொடர்பையும், பண்பாட்டுத் தொடர்பையும் வைத்திருந்தனர் என்பதும் தெளிவாக அறிய முடிகின்றது.

இத்தகைய பண்பாட்டு வணிக உறவின் காரணமாக பல தமிழ்ச் சொற்கள் வெளிநாடுகளில் பின்வரும் விதமாக உருச்சிதைந்து பண்பாட்டில் இருந்து வருவதைப் பார்க்க முடிகிறது.

கடவுள் - காட்

தெய்வீகம் - டிவைன்

ஆமா தொடா - ஆடா தொடா

பரலை - பசல்லா

வெட்டிவேர் - வெட்டி வேரியா

கோஷ்டம் - கோஷ்டஸ்

சந்தனம் - சன்டாலம்

இஞ்சி வேர் - ஜிஞ்சிபெராஸ்

மாங்காய் - மேங்கோ

குரவை - கோரஸ்

வேண்டும் - வாண்ட்

குட்டி - கிட்

முருங்கை - மொரிங்கா

புங்கன் - புங்கேமியா

அரிசி - ஆரிஸா

ஏலம் - ஏலா

எகிப்தியர்களும், திராவிடர்களும் பொதுவான ஒரு மூதாதை யாரிடமிருந்தே தோன்றியிருக்க வேண்டும். அவர்கள் மிக ஆரம்ப காலத்திலேயே இந்தியாவிலிருந்து ஸ்பெயினுக்கு சென்றிருக் கிறார்கள்.

அவர்களே புதிய கற்கால நாகரீகத்தின் சொந்தக்காரரர்கள். இந்தியாவைக் கடந்து தூர நாடுகளில் பசிபிக் கரை வரை எங்கு பார்த்தாலும் அவர்களே புதிய கற்கால நாகரீகத்தை தொடங்கி வைத்திருக்கிறார்கள்.

தமிழகத்தில் சுமார் 20,000 ஆண்டுகளுக்கு முன்பே கற்கருவிகளை பயன்படுத்திய மனித இனம் வாழ்ந்ததாக அறியப்படுகிறது.

இதிலிருந்து மூலிகை மருந்துகள் அரைக்கப் பயன்படும் கல்வம், அம்மி, குழவி போன்ற கற்கருவிகளையும் வடிவமைப்பதற்கான அடித்தளம் 20,000 ஆண்டுகளுக்கு முன்பே தமிழகத்தில் உருவாக்கப் பட்டிருக்கிறது.

ஆரியர்கள் இந்தியாவில் நுழைவதற்கு முன்பே இரும்பு, செம்பு, வெள்ளி, பொன் ஆகிய நான்கு உலோகங்களும் தமிழகத்தில் கண்டறியப்பட்டு பயன்பாட்டில் இருந்து வந்துள்ளன.

இதன் மூலம் தமிழ் மருத்துவத்தில் அயச் செந்தூரம், தாமிரப் பற்பம், தாமிரச் செந்தூரம், வெள்ளிச் செந்தூரம், வெள்ளி பற்பம், தங்கச் செந்தூரம், தங்க பற்பம் போன்ற உலோகக் கலவை மருந்துகளைச் செய்வதற்குரி வேதியியல் அறிவின் தொடக்கம் கி.மு. 3000 ஆண்டளவிலேயே நிகழ்ந்துள்ளது.

திராவிடர்கள் உலகுக்கு அளித்த பெருங்கொடை திராவிட மொழி யாகும். திராவிட மொழிக் குடும்பத்தில் தாயாக விளங்குவது பண்டைத் தமிழ் மொழியேயாகும்.

‘திராவிடர்கள் செய்த பெருந்தொண்டு மொழியற்ற உலக மக்களுக்கு மொழியைத் தந்ததேயாகும்’ என்று கூறும் அறிஞரின் கூற்று, தமிழ் மொழியின் தொன்மையைப் பறைசாற்றுவதாக உள்ளது.

இதிலிருந்து முதன் முதலில் உலகுக்கு செம்மையான நாகரீகத்தைத் தந்து, பேசும் மொழியையும், எழுதும் எழுத்தையும் தந்தவர்களே மருத்துவம் சார்ந்த குறிப்புகளையும் முதன் முதலில் தந்திருக்க வேண்டும் என்பது பெறப்படுகிறது.

சிந்து நதி தீரத்தில் சித்திர எழுத்துக்களை சுருக்க எழுத்துகளாக பயன்படுத்தினர். பின்னர் பாபிலோனியாவில் ஆப்பு வடிவ எழுத்துக்களை பயன்படுத்தினர். பின் சதுர முனை எழுத்தாணி கொண்டு மிருதுவான களிமண்ணில் எழுதினர்.

அசோகரின் கல்வெட்டுகள் பிராமி எழுத்துகளில் அமைந்துள்ளன. தமிழரின் எழுத்துகள் வட்டெழுத்துகளாக அமைந்துள்ளன.

வட்டெழுத்துகள் அசோகர் கால பிராமி எழுத்துக்களிலிருந்து வந்தவையல்ல. அதே போல பிராமி எழுத்துக்களும் வட்டெழுத்து களிலிருந்து வந்தவை அல்ல. இவ்விரு எழுத்துகளும் தனித்தன்மை பெற்றவை என்னும் கருத்து சிந்திக்கத்தக்கது.

சிந்துவெளி நாகரீக மக்கள் தமது எழுத்துக்களை இடப்புறமிருந்து வலப்புறம் நோக்கியே எழுதினர்.

அவர்களின் எழுத்து கண்ணெழுத்து கீறி எழுதுவது ஆகும். ஒலிப்பு நேர அளவு, உயிரெழுத்தின் நெடில் வேறுபாடு போன்றவை அங்கு வழக்கிலிருந்தன. இவை முழுக்க முழுக்க திராவிடர்களுக்கே உரிய எழுத்து முறையாகும்.

எகிப்தில் ஆக்ஸிரிங்கஸ் என்னுமிடத்தில் கண்டெடுக்கப்பட்டுள்ள பாஸ்பிரஸ் சுவடிகளில் எழுதப்பட்டுள்ள பண்டைய கிரேக்க மொழி நாடகங்கள் ஒன்றில் தென்னிந்திய மொழி வாசகங்கள் பல காணப்படுகின்றன.

கிறிஸ்து பிறப்பதற்கு முன் பழந்தமிழ் மட்டுமே தென்னிந்திய மொழியாக இருந்ததென்பதால் அதில் குறிப்பிட்ட தென்னிந்திய மொழி தமிழ்மொழியே என்று அறிஞர்கள் உறுதிப்படுத்துகின்றனர்.

எனவே சமகால நாகரீகம் எகிப்திலும் சுமேரியாவிலும், சிந்து சமவெளியிலும் தென் இந்தியாவிலும் இருந்திருக்கிறது.

உலகின் ஏனைய தொன்மை நாகரீகங்களுக்கு முற்றிலும் மாறுபட்ட செம்மையுற்ற நாகரீகமாக விளங்கிய திராவிட நாகரீகம் பிற நாகரீகங்களுக்கு தொட்டிலாக விளங்கியது என ஜான் மார்ஷல் போன்ற அறிஞர்கள் கூறுகின்றனர்.

இந்நிலவுலகில் தமிழகம் தொன்மைக்கு வேர்விட்ட தொல்லுலக பூமி, நாகரீக வளங்கண்ட நாள் முதல் உலகின் பிற நாகரீகங்களோடு உறவு கொண்ட சிறப்போடு, இலக்கியத் தொன்மையும் கொண்டது.

முன்னொரு காலத்தில் கங்கையாற்றுச் சமவெளியும், இமயமலைத் தொடரும் கடலுக்கு மூழ்கிக் கிடந்தன.

வடஇந்தியா கடலுக்குள் மூழ்கிக் கிடந்த அக்காலத்தில் தென்னிந்தியாவானது காடும், மலையும் செறிந்ததாகவும், உயிரினங்கள் வாழ்வதற்கு ஏற்ற இடமாகவும் இருந்தது. பசிப்பிணியைப் போக்கும் இயற்கை உணவு மருந்துகளான காய்களும், கனிகளும், கிழங்குகளும், கொட்டைகளும் போதுமான அளவில் இங்குக் கிடைத்தன.

அத்துடன் தென்னகப் பகுதியில் ஏராளமாய் இருந்த மருத்துவத் தாவரங்களின் வளர்ச்சியும் கொடிய விலங்குகளின் பெருக்கத்திற்குப் பொருத்ததாகவும், மானிட வளர்ச்சிக்கு ஏற்றதாகவும் இருந்திருக்கிறது. மிதமான வெப்ப தட்பம் நிலவுகின்ற நில நடுக்கோட்டையடுத்துள்ள பகுதிகளில் தான் முதன் முதலில் உயிரின பரிணாம வளர்ச்சி நிகழ்ந்திருக்க இயலும்.

ஆதிமனிதன் உறைபனி அடர்ந்த இமயமலைத் தொடரின் உச்சிகளிலோ அல்லது அதன் அடிவாரத்தில் இருந்த அடர்ந்த காடுகளிலோ தோன்றி வளர்ந்திருக்க முடியாது.

இரண்டு லட்சம் ஆண்டுகளுக்கு முந்தைய மனிதனின் மண்டை யோட்டுப் படிமம் புதுச்சேரிக்கு அருகிலுள்ள பொம்மையார் பாளையம் என்னுமிடத்தில் நடத்திய அகழாய்வில் கிடைத்துள்ளது.

இதுவே உலகில் கிடைத்துள்ள பண்டைக்கால மனிதனின் எலும்புப் படிமங்களிலேயே இதுதான் மிகமிகப் பழமையானதாகும் என்று தொல்லியல் வல்லுநர் பி.ராஜேந்திரன் தெரிவித்துள்ளார்.

இப்பூமியில் அறிவியலார் கூற்றுப்படி 3000 மில்லியன் ஆண்டு களுக்கு முன் உயிரினம் தோன்றியிருக்கிறது. 500 மில்லியன் ஆண்டு களுக்கு முன் முதுகெலும்பற்றவை தோன்றியிருக்கின்றன. மீன்கள் 360 மில்லியன் ஆண்டுகளுக்கு முன் தோன்றியிருக்கின்றன.

நீர் நிலம் வாழ்பவை 320 மில்லியன் ஆண்டுகளுக்கு முன்னரும், 250 மில்லியன் ஆண்டுகளுக்கு முன் ஊர்வனவும், 165 மில்லியன் ஆண்டு களுக்கு முன் பாலூட்டிகளும் தோன்றியிருக்கின்றன.

இவை யாவும் தோன்றிய பின் பரிணாம வளர்ச்சியின் சிகரமாக இரண்டு மில்லியன் (இருபது லட்சம்) ஆண்டுகளுக்கு முன் மனிதன் தோன்றியிருக்கிறான் என்பர் உயிரியல் அறிஞர்.

தமிழகத்தில் கன்னியாகுமரிக்குத் தெற்கிலும், கிழக்கிலும், மேற்கிலும் பரந்து விரிந்து ஆப்பிரிக்கா கண்டத்துடன் இணைந்திருந்த மிகப் பெரும் நிலப்பகுதி ஒன்று இருந்து பின்னர் அது பல கடல் கோள் களால் பகுதி பகுதியாக கடலுக்குள் மூழ்கிப் போயிற்று என்று புவியிலார் கூறுகின்றார்.

கடல் கோள்களுக்கு உட்பட்டு மறைந்து போன அக்கண்டத்திற்கு 'லெமூரியா கண்டம்' என்று பெயரிடப்பட்டுள்ளது.

லெமுரிய நிலப்பரப்பு பகுதியில் மாந்திரினம் கூனல் முதுகை விடுத்து நிமிர் முதுகு பெற்று வாழ ஆரம்பித்தது இரண்டு லட்சம் ஆண்டு களுக்கு முன்புதான்.

விலங்கு வாழ்க்கை ஒழித்து மனிதனாக வாழ ஆரம்பித்தவன் அப்போது பேசிய மொழி வெறும் காட்டுக் கூச்சலாகத்தான் இருந்தது.

நிமிர் முதுகு பெற்ற மனிதன் இன்றைக்கு சுமார் 1,40,000 ஆண்டு களாக லெமுரிய நிலப்பகுதியை விட்டு இடம் பெயர ஆரம்பித்தான்.

அக்கால கட்டத்தில் லெமுரிய நிலப்பரப்பானது தென்னிந்திய நிலப்பரப்பையும் ஆப்பிரிக்காவை உள்ளடக்கிய குமரிக் கண்டத்தை யும் தொட்டுக் கொண்டிருந்தது. லெமுரியாவிலிருந்து இடம் பெயர ஆரம்பித்த மனிதனின் முதல் குடியேற்றம் குமரிக்கண்டம் வழியாகத் தென்னிந்தியாவில் தான் நிகழ்ந்திருக்க வேண்டும்.

முதலில் இன்றைக்கு 75,000 ஆண்டளவில் குமரிக் கண்டத்தில் குடியேறினான். அடுத்து 70,000 முதல் 56,000 ஆண்டளவில் ஆசியாவில் சிந்து சமவெளி - மெசபடோமியா - பாபிலோனியா - சீனா ஆகிய இடங்களில் குடியேறினான்.

பின்னர் 51,000 முதல் 39,000 ஆண்டளவில் ஐரோப்பாவில் குடியேறினான். இப்புள்ளி விபரங்கள் யாவும் மரபியல் அணுச் சோதனைகள் மூலம் அண்மையில் கண்டறியப்பட்ட உண்மையாகும்.

ஏறத்தாழ 75,000 ஆண்டளவில் லெமுரியா கண்டம் கடலுள் அமிழ்ந்து விட குமரிக்கண்டத்திலும், ஆப்பிரிக்காவிலும் மனிதன் பெயரலானான். பின்னர் குமரிக்கண்டமும் கடலுக்குள் மூழ்கியது.

இங்கு லெமுரியா கண்டம் வேறு, குமரிக் கண்டம் வேறு என்பதும் இவ்விரு கண்டங்களும் அடுத்தடுத்து அமைந்திருந்தவை என்பதும் அறியப்படுகிறது. 'பஃறுளி ஆற்றுடன் பன்மலை யடுக்கத்துக் குமரி கோடுங் கொடுங்கடல் கொள்ள' என்று சிலப்பதிகாரம் கூறும் உண்மை ஆராயத்தக்கது.

இன்றைக்கு சுமார் 6000 ஆண்டுகளுக்கு முற்பட்டதாக கருதப்படும் சிந்து சமவெளி நாகரீகத்தின் சின்னங்கள் தென் இந்தியாவில் காணப்படும் தொன்மைச் சான்றுகளுடன் பெரிதும் ஒத்துள்ளன.

ஹரப்பாவில் காணப்பட்ட பல கூறுபாடுகளாகிய சிவலிங்கம், பெண் தெய்வம், யோகம், தாந்தரீகம் போன்றவை தென்னகத்திலும் காணப்படுகின்றன. பூசை (பூ செய்) செய்யும் வழக்கமும் திராவிடர்களாகிய தமிழர்களுடையதுதான்.

சிந்துச் சமவெளி கண்டுபிடிப்புகளில் கிடைத்துள்ள சின்னங்களில் எருமை, புலி, காண்டாமிருகம், யானை போன்ற உருவங்கள் திராவிடர்களின் கலை நுட்பத்தை பறை சாற்றுகின்றன.

சிந்து சமவெளி மக்களிடையே மந்திர தாயத்துகள் அணியும் வழக்கம் இருந்திருக்கிறது. காதணி, தங்க மூக்குத்தி, கழுத்தணி, மோதிரம் ஆகியவையும் அணிகலன்களாக பயன்படுத்தப்பட்டுள்ளன.

உலோகக் கலவைகளை ஆக்கும் கலையை சிந்துச் சமவெளி மக்கள் அறிந்திருந்தனர். செம்பு, தகரம், அரிதார நஞ்சு ஆகிய வற்றைக் கலந்து கலவை உலோகங்கள் தயாரித்துள்ளனர்.

சடைமுடியுடன் நிறைய ஆபரணங்கள் அணிந்து கொண்டு இரு பக்கங்களிலும் நான்கு விலங்குகள் - இடப்பக்கம் காண்டாமிருகம் எருமை, வலப்பக்கத்தில் யானை, புலி ஆகியவை சூழ யோகத்தில் அமைந்துள்ளார் மூன்று முகக் கடவுள். இவ்வுருவம் பசுபதி தன்மை யான வரலாற்றுச் சிவன்தான் என்கிறார் சர்ஜான் மார்ஷல்.

மர வழிபாடும், விலங்கு வழிபாடும் ஆதிகால இந்திய மக்களிடையே வழக்கத்திலிருந்ததை மேற்கண்ட சின்னங்கள் புலப்படுத்துகின்றன.

சிந்து சமவெளி மக்கள் சக்தி வழிபாட்டை கொண்டிருந்தனர். வழிபாட்டுச் சின்னங்களில் லிங்கம், யோனி முதலிய விலங்கு - மனித உருவமற்ற பொருட்கள் கண்டெடுக்கப்பட்டுள்ளன.

இன்னொரு புனிதச் சின்னம் குறுக்கு கோட்டுருவமான ஸ்வஸ்திக் (பண்டைய ஓம்) சின்னமாகும்.

யோக நிலையில் அமர்ந்துள்ள சிவன் தலைப்பகுதியில் படமெடுத் தாடும் பாம்பு விதானமாக உள்ளது. இதுவே பின்னாளில் இந்தியப் பண்பாட்டில் நாக வழிபாட்டுக்கு வித்திட்டிருக்க வேண்டும்.

முதல் சித்தராகிய சிவன், சிவ தத்துவ சைவ சித்தாந்தம், யோக மருத்துவ முறை, தாந்தரீக மருத்துவ முறை போன்ற தமிழர் மருத்துவ முறையின் கூறுகள் யாவும் சிந்துச் சமவெளி நாகரீக சின்னங்களாகக் கிடைத்துள்ளதிலிருந்து தமிழ்ச் சித்த மருத்துவத்தின் தொன்மை கி.மு. 3000 ஆண்டுகளுக்கு முன்னதாகலாம் எனத் தோன்றுகிறது.

◻

3. தேவபாஷையும் சித்தர் எதிர்ப்பும்

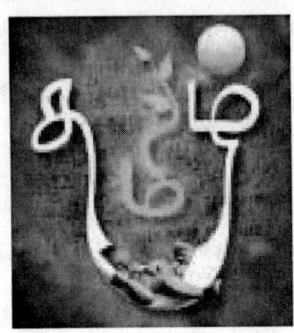

வெள்ளைக்கார நாகரீகம் பரவிய பிறகு தான் பிராமணர்கள் ஆங்கிலக் கல்வி கற்று வேலைக்கு போய் பிழைப்பு நடத்துகிறார்கள். அதற்கு முன்பு இவர்கள் உழைக்காமலே வாழ்ந்தவர்கள் பிறர் உழைப்பில் வாழ்ந்தவர்கள்.

கோவிலில் பூசை செய்வது, ஹோமங்கள் செய்வது, யாகங்கள் நடத்துவது, திருவிழாக்கள், கும்பாபிஷேகங்களில் பிரதான ஸ்தானம் வகிப்பது, பஞ்சாங்கம் பார்ப்பது, ஜாதகம் கணிப்பது, பிறப்பு, இறப்பு சடங்குகள் செய்வது இப்படித்தான் இவர்களது பிழைப்பு ஓடிக் கொண்டிருந்தது.

முற்காலத்தில் சமுதாயத்தில் இவர்களது ஆதிக்கத்தையும், ஆர்ப்பாட்டத்தையும் நேரே பார்த்து கொதித்துப் போனவர்கள் சித்தர்கள். அந்தக் கொதிப்பு தான் அவர்களது பாடல்களில் வெடித்துக் கிளம்புவதை பார்க்க முடிகிறது.

தனது வீரத்தாலும் வாள் வலிமையாலும் ஒரு மாபெரும் இந்து சாம்ராஜ்யத்தையே உருவாக்கினார் வீர சிவாஜி. ஆனால் அவர் க்ஷத்திரியர் அல்ல என்று கூறி அவருக்கே முடிசூட்டு விழா நடத்த

மறுத்தவர்கள் இந்தப் பிராமணர்கள். ஆனானப்பட்ட ஔரங்க சீப்புக்கே பயப்படாத வீர சிவாஜி இந்த பட்டாச்சாரியார்களுக்குப் பயந்து நடந்தார்.

சிவாஜிக்குப் பிறகு மராட்டிய ராஜ்யம் பேஷ்வாக்கள் வசம் வந்தது. பேஷ்வாக்கள் பிராமண மந்திரிகள். அவர்களில் குறிப்பிடத்தக்கவர் முதலாம் பாஜிராவ். இவர் பிராமணராகவே வாழ்ந்ததில்லை.

நெப்போலியனைப் போல எந்நேரமும் எழுபதாயிரம், எண்பதாயிரம் போர் வீரர்களோடு வட இந்தியா பூராவிலும் திக்விஜயம் செய்தவர். போபால், இந்துகள், ஜான்சி, குவாலியர் போன்ற மாராட்டிய ராஜ்யங்களை நிறுவியவர்.

இவர் மஸ்தானி என்ற முஸ்லீம் பெண்ணை மணந்திருந்தார். அவளுக்குப் பிறந்த இவரது மகனுக்கு, இவரது மறைவுக்குப் பின், பிராமணர்கள் உபநயனம் செய்து வைக்க மறுத்து விட்டார்கள்.

பிற்காலத்தில் தமிழ்நாட்டை ஆண்ட பெரும்பான்மையான அரசர் களுக்கு பெரும்பாலும் பிராமணர்களே மந்திரிகளாக இருந்திருக் கிறார்கள். தளபதியாக இருந்திருக்கிறார்கள். அப்போதெல்லாம் தமிழ் மரபுகள் காற்றில் விடப்பட்டன.

இத்தகைய காலத்தில் தான் அந்த சகிக்க முடியாத பிராமணிய ஆதிக்கத்தை சந்தித்தவர்கள் நம் தமிழ்ச் சித்தர்கள்.

மகாவீரரும், புத்தரும் அரச குமாரர்கள். அதனால் அவர்களால் வேத மதத்திற்கும், பிராமணர்களுக்கும் எதிராகப் போராடி ஒரு புதிய மார்க்கத்தை ஏற்படுத்த முடிந்தது. சித்தர்கள் அரச பரம்பரையைச் சேர்ந்தவர்கள் அல்ல. ஆனால் இவர்கள் அனைவருமே பிராமணர்கள் அல்லாதவர்கள். பிராமண ஆதிக்கத்தை எதிர்த்தவர்கள்.

ஆழ்வார்களும், நாயன்மார்களும் பக்தி மார்க்கத்தில் திளைத்தவர்கள். ஆனால் சித்தர்கள் பக்தி யோகத்தைக் கடந்து ஞான யோகத்திற்கு சென்று விட்டார்கள்.

பக்தி போசனத்திற்கு திசை உண்டு. இறைவன் என்ற இலக்கு உண்டு. ஞான யோகத்திற்கு இலக்கும் திசையும் கிடையாது. ஞான போகம்

விண்வெளியில் பறப்பதுபோல, தூரத்தில் என்ன இருக்கிறது என்று ஆராய்வது!

இதனால் தான் சித்தர்கள் சொல்வது சில சமயம் நாத்திகவாதம், போலத் தோன்றும். ஐசக் நியூட்டனும், ஆல்பர்ட் ஐன்ஸ்டீனும் நாத்திகர்கள் என்றால் இவர்களும் நாத்திகர்களே!

முதுமக்கள் தாழி என்பது தமிழப் பண்பாட்டின் அடையாளம். இது பிராமணர்களுக்கு கிடையாது. தமிழ்நாட்டுக் கோயில்களில் உள்ள கல்வெட்டுக்கள் தமிழில் தான் உள்ளன. சமஸ்கிருதத்தில் கிடையாது. கல்வெட்டுகள் பெரும்பாலும் ஸ்வஸ்தி ஸ்ரீ என்று தான் ஆரம்பிக்கின்றன. ஸ்வஸ்தி என்பது சமணர்களின் அடையாளம்.

இந்நாட்டில் பிராமண வேத நாகரீகத்தை விட அதிகமாக பரவி இருந்தவை பௌத்தமும், சமணமும். இந்த மதங்களை ஒழித்துகட்டி சாமார்த்தியமாக பிராமணர்கள் தங்கள் மேலாதிக்கத்தை நிலை நாட்டிக் கொண்டார்கள் என்பது வரலாறு.

தேவபாஷை என்று கூறப்படும் சமஸ்கிருத மொழி முந்தைய காலங் களில் ஆதிக்கம் செலுத்தி வந்தது உண்மைதான். சமணத் தலைவர் களும், பௌத்த தலைவர்களும் சமஸ்கிருதம் கற்று மகா பண்டிதர் களாக விளங்கினார்கள்.

அவர்களுடன் வேதப் பிராமணர்கள் சமஸ்கிருத மொழியில் வாதப் போர் நடத்தினார்கள். சமணத்தையும், பௌத்தத்தையும் ஒழித்துக் கட்டினார்கள். வேதமத நாகரீகத்தை நிலைநாட்டினார்கள். பிராமணர்கள் முதல் ஜாதி எனும் வர்ணாஸ்ரம தர்மத்தைப் புகுத்தி னார்கள்.

சமண, பௌத்த மத பயம் நீங்கிய பின்னர் பிராமணர்களின் மேலாதிக்கமும், சமஸ்கிருதத்தின் மேலாதிக்கமும் தலை விரித்தாடியது. பிராமணர்கள் மட்டுமே சமஸ்கிருதம் அறிந்தவர்களாக தடுப்பணை போட்டுக் கொண்டார்கள். பிராமணர் அல்லாதோரை கல்வியறி வில்லாமல் பார்த்துக் கொண்டார்கள்.

கோயில் கருவறைக்குள் புகும் உரிமை பிராமணர்க்கு மட்டுமே என்பதை உருவாக்கிக் கொண்டார்கள். மற்றவர்கள் உள்ளே

நுழைய முடியாது. பிராமணரைத் தவிர மற்றவர்கள் சுவாமி சிலைகளைத் தொட்டு அபிஷேக ஆராதனைகள் செய்ய முடியாது. அப்படிச் செய்தால் தீட்டுப்பட்டுவிடும் என்று கூவினார்கள்.

தில்லைவாழ் அந்தணர்கள் இன்று வரை தில்லை நடராஜப் பெருமாள் கோயிலை ஆக்கிரமித்து வருகிறார்கள். அதற்குள் சுதந்திர இந்தியாவின் அரசியல் சட்டமும், சுப்ரீம் கோர்ட்டும் கூட நுழைய முடியவில்லை. இப்போதே இந்நிலைமை என்றால் ஆயிரம் ஆண்டுகளுக்கு முன் பிராமண ஆதிக்கம் எப்படி இருந்திருக்க வேண்டும்?

ஆனானப்பட்ட ராஜராஜ சோழனையே தேவார பதிக ஏடுகளைத் தராமல் தில்லைவாழ் அந்தணர்கள் இழுத்தடித்த வரலாறு இருக்கிறது!

தமிழ்ப் பற்றும் சுயமரியாதை உணர்வுமிக்க சித்தர்கள் தோன்றிய காலம் இதுதான். இவர்கள் பிராமண ஆதிக்கத்தையும், வேதத்தின் ஆதிக்கத்தையும் வெறுத்தார்கள். மறுத்தார்கள். எதிர்த்தார்கள்.

இதனை இவர்களது பாடல்கள் வெளிப்படையாக எதிரொலித்தன. சித்தர்களில் தீவிர பிராமண எதிர்ப்பைக் காட்டியவர்களில் திருமூலரும், சிவவாக்கியரும் குறிப்பிடத்தக்கவர்கள். மற்ற சித்தர்கள் இந்த வெறுப்பை இலைமறை காயாக வெளிப்படுத்தினார்கள்.

அன்று தொடங்கிய இந்த வேத எதிர்ப்பும், பிராமண எதிர்ப்பும் தான் தொடர்ந்து நம் காலத்தில் பெரியார், ஈ.வெ.ரா அவர்களின் திராவிட இயக்கமாகவும், பகுத்தறிவு இயக்கமாகவும் பரிணமித்தது.

வெள்ளைக்கார ஆட்சிக் காலத்தில் நீதிக்கட்சி தோன்றியது. அதில் அங்கம் வகித்தவர்கள் பிராமணர் அல்லாதவர்களே! பலமுறை மாகாண சுயாட்சி தத்துவத்தின்படி வாக்காளர்களில் தேர்ந்தெடுக்கப்பட்டு சென்னை ராஜதானியில் ஆட்சி புரிந்தார்கள்.

அந்த ராஜதானி தமிழகம், ஆந்திரம், மலையாளம், கர்நாடகம் ஆகிய திராவிடக் கூறுகளை உள்ளடக்கி இருந்தது என்பது வரலாற்று உண்மை! அதை மொழி வாரி மாகாணம் என்ற பெயரால் சிதைத்தவர்கள் நாம்தான். வெள்ளைக்காரன் அல்ல.

அப்போது எல்லோருக்கும் வாக்குரிமை கிடையாது. வரி செலுத்துவோர் மட்டுமே வாக்காளர்கள். இவர்கள் காங்கிரஸ் கட்சியை ஆக்கிரமித்திருந்த பிராமணத் தலைவர்களுக்கு எதிராக வாக்களித்து பிராமணர் அல்லாதவர் ஆட்சியை ஏற்படுத்தியது.

ஆரியர்கள் என்று ஒரு இனம் இருந்ததை நாம் ஒப்புக் கொண்டால், திராவிடர் என்று ஓர் இனம் இருந்ததை ஒப்புக் கொண்டால், ஆரியர்களுக்குத் தனிமதம், தனிமொழி இருந்து என்பதையும், திராவிடர்களுக்கு தனிமதம், தனிமொழி இருந்தது என்பதையும் நாம் ஒப்புக்கொண்டே ஆக வேண்டும்.

ஆரிய கலாச்சாரம் வேறு, திராவிட கலாச்சாரம் வேறு. வெளியே இருந்து வந்த ஆரிய கலாச்சாரம், உள்ளே இருந்த திராவிட கலாச்சாரத்தின் மீது ஆதிக்கம் செலுத்த ஆரம்பித்து, அந்த முயற்சியில் வெற்றி கண்டது என்பது தான் வரலாற்று உண்மை.

அந்நிய ஆட்சியை, அந்நிய ஆக்கிரமிப்பை எதிர்ப்பது தேசபக்தி என்பது உண்மையானால் தமிழ் உணர்வு ஆரிய ஆதிக்கத்தை எதிர்ப்பதும் தேசபக்திதான். இது தமிழ் தேசபக்தி.

நாயன்மார்களும், ஆழ்வார்களும், ஆரிய நாகரீகத்தை ஆரிய மரபை, ஆரிய ஆதிக்கத்தை ஏற்றுக் கொண்டவர்கள். அவர்கள் காலத்தில் சமணமும் பௌத்தமும் திராவிடப் பண்பாட்டுக் கூறுகளை அடிப்படையாகக் கொண்டவை. வேதத்தை அடிப்படையாகக் கொண்டவை அல்ல. சமணமும், பௌத்தமும் முற்றிலுமாக ஒழிக்கப் பட்டதன் காரணம் அதுதான்.

கடவுள் பக்தி என்ற பெயரால் தமிழின், தமிழர்களின் தனித்தன்மை அடியோடு ஒழிக்கப்பட்டு விட்டது. இக்காலத்தில் தோன்றியவர்கள் தான் சித்தர்கள். இவர்கள் தனி இனம், தனி ஜாதி. ஆழ்வார்களும் நாயன்மார்களும் அற்ற ஒரு இனம் சித்தர்கள்.

ஆழ்வார்களில் பாசுரங்கன் பாடாதவர்கள் இல்லை. ஆனால் நாயன்மார்கள் அத்தனை பேரும் பதிகங்கள் பாடினார்கள். சித்தர்கள் இவர்களிலிருந்து வேறானவர்கள். இவர்களது பாடல்கள் பக்திப் பாடல்கள் அல்ல. இவர்களது பாடல்களில் வேத எதிர்ப்பும்,

பிராமண ஆதிக்க எதிர்ப்பும் பிரதானமானவை. அதனால் தானோ என்னவோ இவர்களது பாடல்கள் திருமுறைகளில் சேர்க்கப்பட வில்லை.

சமூகச் சாக்கடையில் பிறந்த சந்தனமாக மணம் வீசிய இச்சித்தர்கள் யாரும் பிராமணர்கள் அல்ல. இந்தச் சித்தர்கள் பற்றிய வரலாற்றை புதைகுழிக்கு கொண்டு செல்லும் முயற்சியை அன்றி லிருந்து இன்று வரை பிராமணர்கள் எடுத்து வருவது வரலாற்று உண்மை.

சித்தர்களது பிராமண எதிர்ப்பையும், வேத மறுப்பையும் மறைக்கும் செயலாகவே இது பார்க்கப்படுகிறது. இவர்கள் பிராமணர்களின் ஆச்சாரங்களையும், அனுஷ்டானங்களையும், சடங்குகளையும், சம்பிரதாயங்களையும் அப்பட்டமாக கேலி செய்கிறார்கள்.

நல்ல வேளையாக சித்தர் பாடல்கள் பாதுகாக்கப்பட்டு வந்ததால் இவை இன்று அம்பலப்பட்டுப் போய் நிற்கின்றன.

சித்தர்கள் ஏன் பிராமணர்களை இந்த அளவுக்கு மூர்க்கமாக எதிர்த்து வந்தார்கள்? ஏன் இத்தனை காழ்ப்புணர்ச்சி இத்தனை வெறுப்பு ஏன்?

❏

4. இந்தியாவின் அலுவல் மொழிகள்

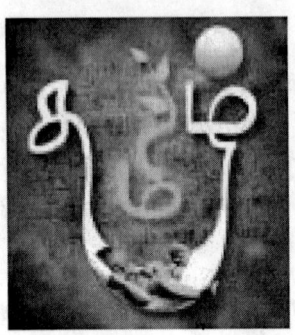

இந்தியாவின் மாநிலங்கள் தங்களுடைய அலுவல் பணிகளுக்கான மொழியை தாங்களே சட்டமாக்கிக் கொள்ளலாம்.

இந்திய அரசியலமைப்போ அல்லது எந்தவொரு அரசியல் சட்டமோ தேசிய மொழி என்று எதனையும் வரையறுக்கவில்லை.

மாநிலங்கள் தங்கள் அலுவல் பணிகளுக்கான மொழியை சட்டப் பேரவை மூலம் தீர்மானிக்கின்றன. ஆகையால் அலுவல் மொழிகள் குறித்து இந்திய அரசியலமைப்பு மிக விவரமான அங்கங்களைக் கொண்டுள்ளது.

ஒன்றியத்தின் அலுவல் பணிகளுக்கான மொழியை மட்டுமின்றி ஒவ்வொரு மாநிலம் மற்றும் ஒன்றியமும், மாநிலங்களும் அவற்றினிடையே பரிமாறிக் கொள்ளும் தகவல்களுக்கான மொழி குறித்தும் வரையறுக்கப்பட்டுள்ளது.

பிரித்தானிய இந்தியாவில் ஆங்கிலம் நடுவண் மற்றும் மாநில அளவில் பெரும்பாலும் பயன்படுத்தப்பட்டு வந்தது. 1950 ஆம் ஆண்டு ஏற்றுக்கொள்ளப்பட்ட இந்திய அரசியலமைப்பு பதினைந்து

ஆண்டுகளில் படிப்படியாக இந்தி ஆங்கிலத்திற்கு மாற்றாக அமையும் என எதிர்பார்த்தது.

இருப்பினும் இந்திய நாடாளுமன்றத்திற்கு இதற்குப் பின்னரும் ஆங்கிலத்தைப் பயன்படுத்துமாறு சட்டமியற்ற அதிகாரம் வழங்கி யிருந்தது. ஆனால் இந்தியை மட்டுமே ஒரே அலுவல் மொழியாக ஆக்குவதற்கு எழுந்த எதிர்ப்பின் விளைவாக ஆங்கிலம் அலுவல் மொழியாக தொடர்கிறது.

ஆங்கிலம், இந்தி மொழியுடன் ஒன்றாய் பணிகளிலும் சில மாநிலப் பணிகளிலும், பிற மொழிகளுடன் மாநிலப் பணிகளிலும் பயன் படுத்தப்படுகிறது.

தற்போதுள்ள அலுவல் மொழிகள் குறித்த சட்ட ஆவணங்கள், இந்திய அரசியலமைப்பு, அலுவல் மொழிகள் சட்டம் 1963, அலுவல் மொழிகள் விதிகள் 1976 மற்றும் மாநில மற்றும் நடுவண் அரசின் விதிகளும் கட்டுப்பாடுகளும் ஆகும்.

சுதந்திர இந்தியாவில் அரசியலமைப்புச் சட்டத்தை உருவாக்க அமைக்கப்பட்ட அரசியல் நிர்ணய சபையில் இந்தியாவின் தேசிய மொழி என்னவாக இருக்க வேண்டும் என்பது குறித்து நீண்ட நெடிய விவாதங்கள் நடைபெற்றன.

இந்தியா அல்லது உருது கலந்த இந்துஸ்தானியா என்ற விவாதம் நடைபெற்ற நிலையில் இந்த சபையில் இடம் பெற்றிருந்த தென்னிந்தியாவைச் சேர்ந்த டி.டி. கிருஷ்ணமாச்சாரியார், ஜி.துர்கா பாய், ராமலிங்க செட்டியார், என்.ஜி ரங்கா, என். கோபாலசாமி ஐயங்கார், எஸ்.வி. கிருஷ்ணமூர்த்தி ராவ் ஆகியோர் ஆங்கிலமே அரசு மொழியாக நீடிக்க வேண்டும் என்றனர்.

மூன்றாண்டுகளுக்கு மேலாக நடைபெற்ற விவாதத்திற்குப் பிறகு 1949ஆம் ஆண்டு முன்சி - கோபால்சாமி அய்யங்கார் உடன்பாடு ஏற்பட்டது. அதன்படி இந்திய அரசியலமைப்பின் 17வது பிரிவின் அடிப்படையில் தேவநாகரி எழுத்துருவில் அமைந்த இந்தி இந்தியா வின் அலுவல் மொழியாக ஏற்றுக் கொள்ளப்பட்டது.

இதில் இந்தியாவின் தேசியமொழி இந்தி என்று எந்த இடத்திலும் இல்லை. அலுவல் மொழி குறித்து மட்டுமே இந்தப் பிரிவு பேசுகிறது.

இந்திய அரசியலமைப்பு 1950ல் தேவநாகரீ எழுத்துருவில் அமைந்த இந்தி ஒன்றியத்தின் அலுவல் மொழியாக அறிவித்திருந்தது.

நாடாளுமன்றம் மாறாக தீர்மானிக்காதவிடத்து, அரசியலமைப்பு செயலாக்கத்திற்கு வந்த 15 ஆண்டுகளுக்குப் பிறகு ஜனவரி 26, 1965, அரசுப் பணிகளுக்கு ஆங்கிலத்தின் பயன்பாடு நிறுத்தப்பட்டிருக்க வேண்டும்.

இத்தகைய மாற்றம் நிகழக்கூடிய வாய்ப்பு இந்தி பேசாத பகுதிகளில் முக்கியமாக இந்தியுடன் எத்தகைய ஒற்றுமையும் இல்லாத மொழிகள் பேசும் திராவிட மாநிலங்களில் பெரும் அச்சத்தை ஏற்படுத்தியது.

இதன் விளைவாக இந்தியப் பாராளுமன்றம் 1963 அலுவல் மொழிகள் சட்டத்தை நிறைவேற்றியது. இதன்படி 1965ஆம் ஆண்டிற்கு பின்னரும் ஆங்கிலம் அலுவல் மொழியாக தொடர்ந்தது.

1964ஆம் ஆண்டு ஆங்கிலப் பயன்பாட்டை ஒரு முடிவுக்கு கொண்டு வர முயற்சி நடைபெற்றது. இதற்கு தமிழ்நாடு, கர்நாடகா, புதுச்சேரி, கேரளா, மேற்கு வங்கம், ஆந்திரப் பிரதேசம் ஆகிய மாநிலங்களில் எதிர்ப்பு எழுந்தது. இவற்றில் சில வன்முறையாக மாறின.

இதன் விளைவாக கொண்டு வரவிருந்த வரைவு மசோதா விடப்பட்டதுடன் சட்டமும் 1967ஆம் ஆண்டு திருத்தப்பட்டு இந்தியை அலுவல் மொழியாக ஏற்காத அனைத்து மாநிலங்களும் தங்கள் சட்டமன்றங்களில் ஆங்கிலத்தை பயன்படுத்தாதிருக்க தீர்மானம் நிறைவேற்றாத வரையும் நாடாளுமன்றத்தின் இரு அவைகளிலும் இதற்கான தீர்மானம் நிறைவேறாத வரையிலும் ஆங்கிலப் பயன்பாடு முடிவுக்கு வராது என்று நிறைவேற்றப்பட்டது.

தற்போதைய நிலவரப்படி இந்திய அரசு இந்தியுடன் ஆங்கிலத்தையும் துணை அலுவல் மொழியாக தொடர்ந்து தனது அலுவல் பணிகளில் பயன்படுத்தி வரும்.

இந்தி மற்றும் ஆங்கிலத்தின் பயன்பாடு எந்தளவு மற்றும் எந்த பகுதிகளில் என்பதை அரசியலமைப்பு, அலுவல் மொழி சட்டம் 1963, அலுவல் மொழிகள் விதிகள் 1976 மற்றும் இந்தச் சட்டங்களின் கீழமைந்த அலுவல் மொழித்துறையின் சட்ட ஆவணங்களைக் கொண்டு வரையறுக்கப்படுகின்றன.

இந்திய அரசியலமைப்பு நாடாளுமன்ற அவை நடவடிக்கைகளுக்குப் பயன்படுத்தும் மொழிக்கும் சட்டங்கள் உருவாக்கப்படும் மொழிக்கும் வேறுபாட்டை வரையறுத்துள்ளது.

இந்திய அரசியலமைப்பின் படி நாட்டின் உயரிய நீதிமன்றமான உச்சநீதிமன்றத்திலும், மாநில உயர் நீதிமன்றங்களிலும் ஆங்கிலமே நடைமுறை மொழியாக இருக்கும் என வரையறுத்துள்ளது.

இதனை மாற்றக்கூடிய அதிகாரம் நாடாளுமன்றத்திற்கு கொடுக்கப்பட்டுள்ள போதிலும் இந்த அதிகாரத்தை இதுவரை பயன்படுத்தவில்லை.

நடுவண் அரசின் பொதுமக்களுக்கு உரித்தான பெரும்பாலான நிர்வாக ஆவணங்கள் இந்தியிலும், ஆங்கிலத்திலும் வெளியிட வேண்டும் என்று அலுவல் மொழிச் சட்டம் குறிப்பிட்டுள்ளது.

அலுவல் மொழி விதிகள் மாறாக நடுவண் அரசின் அலுவலகங்களுக்கே தகவல் பரிமாற்றங்கள் கூடுதலாக இந்தியில் இருக்க வேண்டும் என வரையறுத்துள்ளது.

இந்த விதிகள் தமிழ்நாட்டிற்கு செல்லாதாகையால் அங்குள்ள அலுவலகங்களுக்கு விலக்கு அளிக்கப்பட்டுள்ளது.

நடுவண் அரசின் இரு துறை அமைச்சகங்களிடையே இந்தியிலோ, ஆங்கிலத்திலோ இருக்கலாம். வேண்டுமானால் மற்ற மொழியில் மொழி மாற்றம் கொடுக்கலாம்.

ஒரே துறையின் கீழ் அலுவலகங்களுக்கிடையேயான தகவல்கள் இந்தி பேசும் மாநிலமானால் இந்தியில் மட்டுமே இருக்க வேண்டும் பிற மாநிலங்களில் இந்தி அல்லது ஆங்கிலத்திலும் இருக்கலாம்.

இந்திய அரசு இந்தி மொழியின் பயன்பாட்டை கூட்டிட பல்வேறு முயற்சிகளை மேற்கொண்டு வருகிறது.

இந்திய குடியரசின் 22 அதிகாரப்பூர்வ மொழிகள் :

அசாமியம் - இந்தி - உருது - ஒடியா - காசுமீரியம் - கன்னடம் - குசராத்தியம் - கொங்கணியம் - சந்தாளியம் - சமசு கிருதம் - சிந்தி - தமிழ் - தெலுங்கு - தோக்ரியம் - நேபாளியம் - பஞ்சாபியம் - போடோயம் - மராத்தி - மலையாளம் - மணிப்புரியம் - மைதிலி - வங்காளம்.

இந்தியாவில் தேசிய மொழி இல்லாமல் இருக்கலாம். ஆனால் இந்திய அரசியலமைப்பின் எட்டாவது அட்டவணை நாட்டில் உள்ள 22 அதிகாரப்பூர்வ மொழிகளை அங்கீகரிக்கிறது. இந்த மொழிகள் "பட்டியலிடப்பட்ட மொழிகள்" என்றும் அழைக்கப்படு கின்றன. அதாவது இந்தியாவின் அலுவல் மொழிகள் ஆணையத்தில் சிறப்பு அந்தஸ்து மற்றும் பிரதிநிதித்துவம் இருப்பதாக ஒப்புக் கொள்ளப்படுகிறது.

இருப்பினும், இந்தியா முழுவதும் 22 பேசும் மொழிகள் மட்டுமே உள்ளன என்று இது கூறவில்லை. உண்மையில், இந்திய மக்கள் தொகை கணக்கெடுப்பு பல நிலவுகளுக்கு முன்பு செய்யப்பட்டது. அதில் சுமார் 1.796 தாய்மொழிகள் மற்றும் 1.576 பகுத்தறிவு மொழி களாக பதிவு செய்யப்பட்டுள்ளன. வேறு வார்த்தைகளில் கூறுவதா னால், இந்த 22 அதிகாரப்பூர்வ மொழிகளின் பட்டியல் இந்த தெற்காசிய நாட்டில் பேசப்படும் ஒரு சிறிய பகுதியே. நிச்சயமாக, இந்த பட்டியலில் இந்தி இடம் பெற்றுள்ளது என்பது ஒரு பொருட் டல்ல. ஆனால் இந்த இந்திய மொழி அடைவில் வேறு என்ன இருக்கிறது? கண்டுபிடிப்போம்!

1. பெங்காலி :

பெங்காலி - அதன் எண் பெயரில் பங்களா என்றும் அழைக்கப் படுகிறது. இது இந்தியாவில் பரவலாகப் பயன்படுத்தப்படும் இரண்டாவது மொழியாகும். இது மேற்கு வங்கம், திரிபுரா, அசாமின் பராக் பள்ளத்தாக்கு பகுதி மற்றும் செப்டம்பர் 2011 முதல் ஜார்கண்டின் இரண்டாவது அதிகாரப்பூர்வ மொழியாகும்.

2. ஹிந்தி :

நவீன தரமான இந்தி என்பது இந்தி இதயப்பகுதி அல்லது இந்தி பெல்ட் பிராந்தியத்தின் மொழியாகும். இது இந்திய அரசாங்கத்தின் இரண்டு உத்தியோகபூர்வ மொழிகளில் ஒன்றாகும். (ஆங்கிலம் மற்ற அலுவல் மொழியாக உள்ளது) மேலும் இது பண்டைய பிராமி எழுத்துக்களை அடிப்படையாகக் கொண்ட தேவநாகரி எழுத்துக்களில் எழுதப்பட்டுள்ளது. இது பீகார், டெல்லி, ஜார்க்கண்ட், மத்தியப் பிரதேசம், உத்தரப் பிரதேசம், ராஜஸ்தான், உத்தரகண்ட் மற்றும் ஹரியானா ஆகிய மாநிலங்களின் அதிகாரப்பூர்வ மொழியாகும்.

3. மைதிலி :

மொழியியலாளர் சர் ஜார்ஜ் ஆபிரகாம் கிரியர்சன் ஒருமுறை மைதிலியை "இனிமையான மொழி" என்று அழைத்தார். மைதிலி 2003 இல் இந்திய அரசியலமைப்பின் எட்டாவது அட்டவணையில் அறிமுகப்படுத்தப்பட்டது மற்றும் மார்ச் 2018இல் அதிகாரப்பூர்வ ஆவணங்களின் வரம்பில் பயன்படுத்தக்கூடிய அங்கீகரிக்கப்பட்ட அதிகாரப்பூர்வ இந்திய மொழியாக மாறியது.

4. நேபாளி :

நேபாளி நேபாளத்தின் அதிகாரப்பூர்வ மொழி; இது சிக்கிம் மற்றும் மேற்கு வங்காளத்தின் கோர்காலாந்து பிராந்திய நிர்வாகத்திலும் அதிகாரப்பூர்வ அந்தஸ்தைப் பெற்றுள்ளது. மொழி கூர்க்கா, கூர்காலி, கூர்காலி அல்லது கஸ்குரா என்றும் அழைக்கப்படுகிறது.

5. சமஸ்கிருதம் :

சமஸ்கிருதம் ஒரு பாரம்பரிய மொழி மற்றும் இந்து மதம், சமணம், சீக்கியம் மற்றும் பௌத்தத்தின் புனிதமான, பண்டைய மொழியாகும். இந்த மொழி, ப்ரோட்டோ-இந்தோ-ஐரோப்பிய மொழியில் இருந்து வந்த பழமையான ஆவணப்படுத்தப்பட்ட மொழிகளில் ஒன்றாகும். சமஸ்கிருதம் இரண்டு இந்திய மாநிலங்களின் இரண்டாவது அதிகாரப்பூர்வ மொழியாகும். உத்தரகாண்ட் *(2010 முதல்)* மற்றும் இமாச்சலப் பிரதேசம் *(2019 முதல்)*

6. தமிழ் :

தமிழ் ஒரு செம்மொழி மற்றும் திராவிட மொழிகளில் பழமையான ஆவணப்படுத்தப்பட்ட மொழி. இந்தியக் கவிஞரும், இந்திய இலக்கியம் மற்றும் மொழியியலின் அறிஞருமான ஏ.கே. ராமானுஜன், "சமகால இந்தியாவின் ஒரே மொழி தமிழ் மட்டுமே செம்மொழி கடந்த காலத்துடன் தொடர்ந்து அடையாளம் காணக் கூடியதாக உள்ளது" என்றார். தமிழ் பொதுவாக தமிழ்நாடு, புதுச்சேரி மற்றும் தெற்காசியாவில் அமைந்துள்ள பல சிறிய சமூக குழுக்களில் பயன்படுத்தப்படுகிறது.

7. உருது :

Ethnologue (2022) படி, உருது உலகில் அதிகம் பேசப்படும் 10வது மொழியாகும். இந்தியாவில் அதிக முஸ்லீம் மக்கள்தொகை கொண்ட இடங்களிலும், முஸ்லீம் வம்சங்களின் முக்கிய குடி யேற்றங்களாக இருந்த இடங்களிலும் உருது பயன்படுத்தப்படுகிறது.

8. அசாமியம் :

அசாமியா என்பது அசாமியரின் மற்றொரு பெயர். இந்த மொழி அசாமிய எழுத்துக்களில் எழுதப்பட்டுள்ளது மற்றும் வடகிழக்கு இந்திய மாநிலமான அசாமின் அதிகாரப்பூர்வ மொழியாகும். அஸ்ஸாம் செயலகம் அஸ்ஸாமிகளைப் பயன்படுத்துவதாக அறியப் படுகிறது.

9. டோக்ரி :

டோக்ரி என்பது டோக்ரா மக்களின் இன மொழி. இது மேற்கு பஹாரி மொழிக் குழுவில் ஒன்றாகும் மற்றும் ஜம்மு மற்றும் காஷ்மீரின் அதிகாரப்பூர்வ மொழிகளில் ஒன்றாகும். 2003 முதல், டோக்ரி இந்தியாவின் திட்டமிடப்பட்ட மொழிகளில் ஒன்றாக வகைப்படுத்தப்பட்டுள்ளது.

10. கன்னடம் :

கன்னடம் கனரேஸ் அல்லது கனாரிஸ் என்று அழைக்கப்பட்டது. இது கன்னட எழுத்துக்களில் எழுதப்பட்டுள்ளது. இது மற்ற பிராமிக் எழுத்துக்களுக்கு மிகவும் ஒத்த எழுத்து அமைப்பைக் கொண்

டுள்ளது. இந்தியாவின் தென்மேற்குப் பகுதியில் உள்ள மாநிலமான கர்நாடகாவில் கன்னடம் முக்கிய மொழியாகப் பயன்படுத்தப் படுகிறது. அண்டை மாநிலங்களான ஆந்திரா அல்லது தெலுங்கானா, தமிழ்நாடு, மகாராஷ்டிரா, கோவா மற்றும் கேரளாவிலும் கன்னடத்தை பூர்வீகமாகக் கொண்டவர்களைக் காணலாம்.

11. குஜராத்தி :

*2022*ஆம் ஆண்டில், உலகம் முழுவதும் சுமார் *62* மில்லியன் குஜராத்தி பேசுபவர்கள் இருப்பதாக மதிப்பிடப்பட்டுள்ளது. இது குஜராத்தி மக்களால் பயன்படுத்தப்படும் இந்தோ - ஆரிய மொழி யாகும். குஜராத்தி ராஜஸ்தான், தமிழ்நாடு, டெல்லி, மத்திய பிரதேசம் மற்றும் மகாராஷ்டிராவில் சிறுபான்மை மொழியாக அங்கீகரிக்கப்பட்டு கற்பிக்கப்படுகிறது. இருப்பினும், இது தாத்ரா மற்றும் நகர் ஹவேலி, டாமன் மற்றும் டையூ மற்றும் குஜராத்தில் அதிகாரப்பூர்வமாக அங்கீகரிக்கப்பட்டுள்ளது.

12. போடோ :

போடோ அல்லது போரோ, ஒரு தொனி மொழி மற்றும் இது பெரும்பாலும் வடகிழக்கு இந்திய மாநிலங்களான மேகாலயா மற்றும் அஸ்ஸாமில் பயன்படுத்தப்படுகிறது. போடோ *1975* முதல் தேவநாகரி எழுத்துக்களில் எழுதப்பட்டது. இருப்பினும், அதற்கு பல ஆண்டுகளுக்கு முன்பு, இந்த மொழி கிழக்கு நாகரி மற்றும் லத்தீன் எழுத்துக்களில் எழுதப்பட்டது.

13. மணிப்பூரி / மெய்டே :

மணிப்பூரி என்பது இந்திய மாநிலமான மணப்பூரின் மொழியாகும். இது *2000* ஆண்டுகளுக்கு முன்பு இருந்ததாக நம்பப்படுகிறது. யுனெஸ்கோவின் அட்லஸ் ஆஃப் தி வேர்ல்ட் லாங்குவேஜஸ் இன் ஆபத்தில், மெய்டேய் ஒரு பாதிக்கப்படக்கூடிய மொழியாகக் கருதப்படுகிறது.

14. ஒடியா :

ஒடியா என்பது ஒரியா என்றும் உச்சரிக்கப்படுகிறது. *10*ஆம் நூற்றாண்டிலிருந்து இந்தோ - ஆரிய மொழிக் குடும்பத்தின் பழமை

யான உறுப்பினர் இதுவாகும். இது இந்திய மாநிலமான ஒடிசாவின் அதிகாரப்பூர்வ மொழியாகும். ஒடியா ஜார்க்கண்டின் இரண்டாவது அதிகாரப்பூர்வ மொழியாகவும் செயல்படுகிறது.

15. மராத்தி :

மகாராஷ்டிராவில் உள்ள பெரும்பான்மையான மராத்தி மக்கள் மராத்தி பேசுகிறார்கள். மேலும் சுமார் 84,000,000 நபர்கள் மராத்தியை தங்கள் முதல் மொழி என்று அழைக்கிறார்கள். இந்த மொழி கோவாவின் கூடுதல் மொழியாகும். பிப்ரவரி 27 அன்று, மராத்தி கவிஞர், நாடக ஆசிரியர் மற்றும் நாவலாசிரியர் விஷ்ணு வாமன் ஷிர்வாட்கரின் நினைவாக மராத்தி மொழி பெருமை தினம் கொண்டாடப்படுகிறது.

16. சந்தாலி :

சந்தாலி அல்லது சந்தால் என்றும் அழைக்கப்படுகிறது. இது மேற்கு வங்காளம், ஒரிசா மற்றும் ஜார்கண்ட் ஆகிய மாநிலங்களில் பரவலாக பேசப்படும் முண்டா மொழியாகும். ஓல் சிகி ஸ்கிரிப்ட் (முதலில் 1939ல் வெளியிடப்பட்டது) பெரும்பாலும் சந்தாலி எழுத்துக்கள் என்று அழைக்கப்படுகிறது. இது 1925இல் பண்டிட் ரகுநாத் முர்முவால் உருவாக்கப்பட்டது மற்றும் தற்போது பொதுவாக சந்தாலி மொழியில் எழுதப் பயன்படுத்தப்படுகிறது.

17. தெலுங்கு :

2022 ஆம் ஆண்டில் உலகம் முழுவதும் சுமார் 96 மில்லியன் மக்கள் தெலுங்கு பேசுவதாக மதிப்பிடப்பட்டுள்ளது. இந்திய அரசால் செம்மொழியாக அங்கீகரிக்கப்பட்ட ஆறு மொழிகளில் ஒன்றான இந்த மொழி, திராவிட மொழியாக அதிகம் பயன்படுத்தப்படுகிறது. தெலுங்கு தென்னாப்பிரிக்காவில் பாதுகாக்கப்பட்ட மொழி மற்றும் அமெரிக்காவில் வேகமாக வளர்ந்து வரும் மொழி.

18. பஞ்சாபி :

பஞ்சாபி பஞ்சாபின் அதிகாரப்பூர்வ மொழி. இது டெல்லி மற்றும் ஹரியானாவில் கூடுதல் அதிகாரப்பூர்வ மொழியாகவும் செயல்படுகிறது. இந்தியாவில், பிராமிக் எழுத்துக்கள் அல்லது இந்திய

எழுத்துக்களை அடிப்படையாகக் கொண்ட குர்முகி எழுத்துக்களில் பஞ்சாபி எழுதப்படுகிறது.

19. சிந்தி :

சிந்தி என்ற சொல் சமஸ்கிருத "சிந்து" என்பதிலிருந்து வந்தது. இது சிந்து நதியின் அசல் பெயராகும். இந்தியாவில் இந்த இந்தோ - ஆரிய மொழியானது தேவநாகரி எழுத்துக்கள் மற்றும் பெர்சோ - அரபு எழுத்துக்கள் இரண்டையும் பயன்படுத்தி எழுதப்படுகிறது.

20. மலையாளம் :

மலையாளம் புதுச்சேரியிலும், கேரளாவிலும் அதிகாரப்பூர்வ அந்தஸ்தைப் பெற்றுள்ளது. யூனியன் பிரதேசமான லட்சத் தீவு களிலும் இது அதிகம் பயன்படுத்தபடுகிறது. 2013இல், இந்த மொழி "இந்தியாவின் பாரம்பரிய மொழி" என்று அங்கீகரிக்கப்பட்டது. மலையாளம் தற்போது மலையாள எழுத்துக்களைப் பயன்படுத்தி எழுதப்படுகிறது. ஆனால் இது வட்டெழுத்து, கிரந்த, பிராமண மற்றும் கொலெழுத்து எழுத்துக்களைப் பயன்படுத்தி எழுதப் பட்டுள்ளது.

21. கொங்கனி :

கொங்கன் பகுதியில் வாழும் கொங்கனி மக்களால் கொங்கனி பயன்படுத்தப்படுகிறது. இது குஜராத், கேரளா, கர்நாடகா, மகாராஷ்டிரா மற்றும் டாமன், டையூ மற்றும் சில்வாசா யூனியன் பிரதேசத்திலும் பேசப்படுகிறது. சுவாரஸ்யமாக, கொங்கனி ஐந்து எழுத்துக்களில் எழுதப்பட்டுள்ளது. ரோமன், பெர்சோ - அரபு, கன்னடம், மலையாளம், மற்றும் தேவநாகரி.

22. காஷ்மீரி :

காஷ்மீரியின் மற்றொரு பெயர் கோஷுர். இது காஷ்மீர் பகுதியில் வாழும் காஷ்மீரிகளால் பேசப்படுகிறது. இந்திய நாடாளுமன்றம் 2020ஆம் ஆண்டு ஜம்மு மற்றும் காஷ்மீர் யூனியன் பிரதேசத்தில் காஷ்மீரி மொழியை அதிகாரப்பூர்வ மொழியாக மாற்றியது. காஷ்மீரி மொழியை மூன்று வெவ்வேறு எழுத்துக்களில் எழுதலாம். சாரதா, தேவநாகரி மற்றும் பெர்சோ - அரேபிய ஸ்கிரிப்ட்.

❒

5. மொழி அரசியலும் நேருவின் வாக்குறுதியும்

சுதந்திரத்திற்குப் பின் சென்னை மாகாண முதல்வராகப் பொறுப்பேற்ற ஓமந்தூர் ராமசாமி ரெட்டியார் 1948ல் ஒரு அறிவிப்பை வெளியிட்டார்.

அதில் பிராந்திய மொழி முதல் மொழியாகவும், இந்தி, அரபு, தெலுங்கு ஆகிய பிற மொழிகளில் ஏதேனும் ஒன்றை இரண்டாம் மொழியாகவும் கட்டாயம் படிக்க வேண்டும் என்ற நூதன உத்தரவையும் வெளியிட்டார்.

இதை எதிர்த்து திராவிட கழகம் சார்பில் இந்தி திணிப்பு மாநாடு நடத்தி அண்ணாவை சர்வாதிகாரியாக நியமித்து பல கட்டப் போராட்டங்கள் துவங்கப்பட்டன.

இந்தப் போராட்டத்தில் அப்போதைய இந்திய கவர்னர் ஜெனரல் ராஜாஜிக்கு சென்னையில் வைத்து கருப்புக்கொடி காட்டினார்கள்.

இதற்கிடையில் மத்தியில் ஆட்சிமொழி குறித்த விவாதங்கள் நடைபெற்று வந்த நிலையில் 14 செப்டம்பர் 1949ல் இந்தி ஆட்சி மொழியாக அறிவிக்கப்பட்டது.

இந்நிலையில் திராவிட கழகத்துடன் ஏற்பட்ட கருத்து வேறுபாட்டால் அண்ணா தனது ஆதரவாளர்களுடன் சேர்ந்து 17 செப்டம்பர் 1949ல் திராவிட முன்னேற்ற கழகம் என்ற கட்சியைத் தொடங்கினார். இருப்பினும் இந்தி எதிர்ப்பு போராட்டங்களில் தி.க.வும், தி.மு.க.வும் ஒன்றிணைந்தே செயல்பட்டன.

கட்டாய இந்தியை அமல்படுத்திய மாகாண கல்வி அமைச்சர் அவினாசிலிங்கம் திடீரென்று பதவி விலகியதையடுத்து கட்டாய இந்தி உத்தரவும் வாபஸ் பெறப்பட்டது.

பின் வந்த அமைச்சர் மாதவ் மேனன் இந்தியை விருப்பப் பாடமாக அறிவித்து போராட்டங்களுக்கு முற்றுப்புள்ளி வைத்தார்.

மத்திய அரசு 1950களுக்குப் பிறகு தென் இந்திய மாநிலங்களில் இந்தி பரப்பும் நடவடிக்கைகளில் ஈடுபடத் தொடங்கியது. அதன் ஒரு பகுதியாக 1952ஆம் ஆண்டு அனைத்து ரயில் நிலையங்களிலும், மத்திய அரசு அலுவலகங்களிலும் பெயர் பலகையில் தமிழ் மற்றும் ஆங்கிலம் பின்னுக்குத் தள்ளப்பட்டு இந்திக்கு முன்னுரிமை வழங்கப்பட்டது.

இதற்கு எதிராக தி.மு.க மற்றும் தி.க சார்பில் ஆகஸ்ட் 1952ஆம் தேதி, பெரியார், அண்ணா, கருணாநிதி, நெடுஞ்செழியன் உட்பட பல தலைவர்களின் தலைமையில் 500க்கும் மேற்பட்ட ரயில் நிலையங்களின் பெயர்ப் பலகையை தார் பூசி அழித்தனர்.

இந்தச் செயலுக்கு எதிர்வினை ஆற்றிய காங்கிரஸ் கட்சியினர் தார் பூசிய பெயர் பலகையை மண்ணெண்ணெய் ஊற்றி அழித்தனர்.

இதையடுத்து 1955ல் அப்போதைய குடியரசுத் தலைவர் ராஜேந்திர பிரசாத் இந்திய அரசில் உள்ள துறை சார்ந்த பணிகள், இந்தி மொழியை பெருவாரியாகப் பயன்படுத்துதல், நீதிமன்றங்களின் சட்டங்கள் மற்றும் மசோதாக்கள் பயன்படுத்த வேண்டிய மொழிகள் குறித்து ஆய்வு செய்ய 21 பேர் கொண்ட ஆட்சி மொழி ஆணையம் அமைத்தது.

இதற்கிடையில் சென்னை மாகாணத்தில் ஆட்சி மொழியாக தமிழை அறிவிக்க வேண்டும் என்று 27 டிசம்பர் 1956ல் புதிய மசோதாவை

சென்னை சட்டமன்றத்தில் அறிமுகம் செய்தார் நிதியமைச்சர் சி.சுப்பிரமணியம். பின் அனைத்து கட்சியின் ஆதரவோடு மாகாண ஆட்சி மொழியாக நிறைவேறியது.

இந்த பேசாத மாநில உறுப்பினர்களிடமிருந்து கடுமையான எதிர்ப்பு தொடங்கியதை அடுத்து பிரதமர் நேரு முக்கிய வாக்குறுதி ஒன்றை கொடுத்தார்.

அவர் கூறுகையில், 'முதலில் இந்தி திணிப்பு இருக்கவே கூடாது. இரண்டாவது அரசுப் பணிகளில் ஆங்கிலத்தை மாற்று மொழியாக காலம் குறிப்பிடாமல் இருக்கச் செய்கிறேன். அதனைப் பற்றிய முடிவுகளை இந்தி பேசாத மக்களே எடுத்துக் கொள்ளலாம்' எனக் கூறினார்.

இந்நிலையில் 1960ல் குடியரசுத் தலைவர் ராஜேந்திர பிரசாத் 1965ஆம் ஆண்டு முதல் இந்தி மட்டுமே இந்தியாவின் ஆட்சி மொழியாக இருக்கும் என்ற ஆணையை வெளியிட்டார்.

இந்தி பேசாத மக்கள் விரும்பும் வரை ஆங்கிலமும் இருக்கும் என்ற நேருவின் வாக்குறுதிக்கு எதிராக இது அமைந்தது.

❏

6. தொன்ம மொழி உணர்த்தும் புவியின் வரலாறு

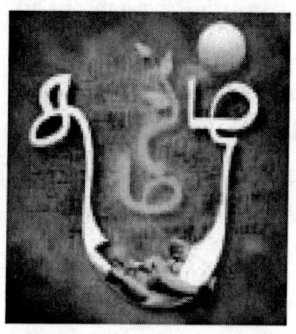

அட்லாண்டிக் பெருங்கடலின் கிழக்கு பகுதி முதல் ஆஸ்திரேலியா வரையிலான பகுதிகளை உள்ளடக்கி இலெமுரியா என்ற பெரு நிலப்பரப்பு இருந்ததாகவும், அது இப்பெருவெள்ளத்தில் தான் அழிந்து போய், உயரமான பகுதிகள் தனித்தனி நாடுகளாயின் என்றும் பிளாவட்ஸ்கி என்ற பிரஞ்சு நாட்டு ஆய்வாளர் கூறுகிறார்.

தமிழர்கள் வாழ்ந்திருந்த குமரிக்கண்டத்தைத்தான் பிளாவட்ஸ்கி கூறுகின்றார். குமரிக்கண்டம் கி.மு. 18000 - 12000 ஆண்டுகளில் முற்றிலுமாக அழிந்து போனது.

அதன் எஞ்சிய பகுதிகளான தென்இந்தியா, இலங்கை, இந்தோனேசியா, அரபிக்கடல் தீவுகள் ஆகியவைகளே உள்ளன. தமிழ் இலக்கியங் களும் குமரிக்கண்டம் கடல் வெள்ளத்தால் அழிந்து போனதாகக் கூறுகின்றன.

வாஷிங்டனில் செயல்பட்டு வரும் தேசிய அறிவியல் கழகம், காலச் சூழல்களுக்கான அடிப்படைக் காரணிகளை வகைப்படுத்தி யுள்ளது.

காற்று, நீர், பனிக்கட்டி, மண், ஆகியவை வெப்பமடைவதால் ஏற்படும் மாற்றங்களையும், காற்று கடலுக்கடியில் ஏற்படும் சூழல்கள், பனிக்கட்டிகளின் சுழற்சியால் ஏற்படும் மாறுபாட்டையும், காற்று, மேகங்கள், நிலத்தின் நீர் மற்றும் பனிக்கட்டிகள் மாறுபாட்டினையும், வளிமண்டலம், பெருங்கடல்கள் போன்றவற்றில் ஏற்படுத்தும் அழுத்தங்களையும் வகைப்படுத்தி இந்த தேசிய அறிவியல் கழகம் ஆய்வு நடத்தியுள்ளது.

உலகின் தட்பவெப்ப தன்மைக்கால வரலாற்றை நாம் அறிய வேண்டுமானால் முப்பத்தைந்து லட்சம் ஆண்டுகள் நாம் முன்னோக்கி செல்ல வேண்டும். அக்காலம் தொட்டு கி.மு 25,000 ஆண்டுகள் வரை உலகில் பெரும் மாற்றங்கள் நிகழ்ந்துள்ளன.

தேசிய அறிவியல் கழகம் கி.மு. 25,000 ஆண்டுகள் தொடங்கி இன்று வரையிலான கால அளவுகளில் காலச்சூழல்கள் எவ்வாறெல்லாம் மாறுபாடுகள் அடைந்துள்ளன என்பதை பட்டியலிட்டுள்ளன.

இந்த அடிப்படையில் மிகப்பெரிய வெள்ளம் தோன்றி உலகை அழித்த செய்தி உண்மையென்றே தேசிய அறிவியல் கழகம் உறுதிப்படுத்துகின்றது.

இந்த வெள்ள நிகழ்வு சமய நோக்கில் ஏற்றுக் கொள்ளப்பட்டு அதற்கேற்ப அவர்கள தங்கள் கற்பனையை விரிவுபடுத்தியிருக்கலாம் என்ற கருத்தும் நிலவுகிறது.

விவிலியத்தில் சொல்லப்பட்டுள்ள நோவா பற்றியும் அவன் வாழ்ந்திருந்ததாக நம்பப்படும் இடங்கள் பற்றியும், நோவாவின் மரக்கலம் நிலை கொண்ட அரராத் மலையைப் பற்றியும் அண்மைக்காலத்தில் அறிவியல் பூர்வமாக ஆய்வுகள் மேற்கொள்ளப்பட்டிருக்கிறது.

அரராத் என்ற மலைத் தொடர் தற்போதைய ஆர்மீனிய நாட்டில் இருந்ததாக விவிலிய ஆய்வாளர்கள் கூறுகின்றனர். இப்பகுதியானது மெசபத் தோமிய நாட்டிற்கு வடக்கு பகுதியாக அறியப்பட்டிருந்தது.

மெசபத் தோமியா என்ற நாடு தற்காலத்திய துருக்கியின் தென் பகுதியும் ஈராக் இணைந்த பகுதிகளே என்பர். ஆனால் அரராத் என்று

அழைக்கப்பட்ட மலைப்பகுதி இன்று அப்பெயரால் அழைக்கப்பட வில்லை.

எபிரேய மொழி மூலத்தில் அராரத் என்பது ஊராற்று என்று எழுதப்பட்டுள்ளது. அரபு மொழியில் எழுதப்பட்டுள்ள திருக்குர்ஆன் அராரத் மலையை அல் ஊதி என்று குறிப்பிடுகிறது. நபிகள் நாயக காலத்து அரபு மொழியில் இச்சொல் இடம் பெற்றுள்ளது.

அராரத், ஊராற்று, அல்ஊதி ஆகிய பெயர்கள் யாவும் ஆர்மீனிய மலையையே குறிப்பிடுவதாக அறியலாம். நோவாவின் மரக்கலம் அந்த மலைப்பகுதியில் தரை தட்டியதற்கான சான்றுகளாக அந்த மரக்கலத்தின் துண்டுகள் கிடைத்திருக்கலாம் என்று கருதப்படுகிறது.

கடலில் காணப்படும் மரத்துண்டுகள் பல்லாயிரம் ஆண்டுகள் வரை யிலும் கூட அழியாமல் இருக்கும் என அறிவியல் கூறுகிறது.

மரக்கலத்தின் துண்டுகள் கிடைக்கப்பெற்ற செய்தியே நோவாவின் மரக்கலம் ஆன்மீனியாவில் தரை தட்டியதாக கூறப்படுவதற்கு சான்றாகத் திகழ்கிறது.

ஆர்மினியாவில் கிறித்துவம் கி.பி. 300 ஆண்டுகளில் ஏற்றுக் கொள்ளப்பட்டது. இங்கு கி.பி. 321 ஆம் ஆண்டில் கட்டப்பட்ட தேவாலயத்தில் நோவா மரக்கலத்துண்டு ஒன்று புனிதப் பொருளாக போற்றிக் காக்கப்பட்டு வருகின்றது.

ஆர்மினியர்களின் முன்னோர்கள் பற்றிய ஆய்வில் நோவாவின் பெயரன் வழி வந்த மக்களையே குறிப்பிடுகின்றனர்.

நோவாவின் பெயரன்களில் ஒருவனாக அறம் என்ற சொல் விவலியத்தில் கூறப்படுகிறது.

அறம் என்பவனுடைய மரபினர் யூப்ரடீஸ் டைகிரீஸ் ஆறுகளுக்கு இடையே சமவெளிப் பகுதியில் வாழ்ந்தவர் களாவல் இப்பகுதி அவர்கள் பெயரிலேயே படன் அறம் என்று அழைக்கப்பட்டது. அறமியன் என்பதே பின்னால் அறமினியா ஆர்மினியா என்று வழங்கப்பட்டிருக்கலாம்.

மனு என்பவனே ஆதாமைப் போல் முதல் மாந்தன் என்று ஆரியத் தொன்மங்கள் கூறுகின்றன.

மனு எனும் சமஸ்கிருதச் சொல் மீன் என்ற தமிழ்ச் சொல்லின் திரிபுதான். கி.மு 20000 ஆண்டுகளில் நிலை பெற்றிருந்ததாக அறியப்படும் குமரிக்கண்டத்தில் தோன்றிய உலகின் பேரரசு மீன் சின்னத்தையே கொடியாகக் கொண்டிருந்தது.

மீனைக் கடவுளோடு தொடர்புபடுத்துகிற வழக்கம் தமிழரின் நம்பிக்கையாக இருந்துள்ளது. ஆரியக் கதையில் வெள்ளத்தினின்று காக்கப்பட்ட மனுவை மீன் ஒன்று தான் வழி நடத்திச் சென்றதாகக் கூறப்படுகிறது.

கடவுளுக்கு பதிலாக மீன் சொல்லப்பட்டுள்ளது. இந்த மீனை மகா விஷ்ணு என்றும், பிரம்மா என்றும் ஆரியத் தொன்மம் விளக்குகிறது.

மகாவிஷ்ணுவின் பத்து பிறப்புகளில் மீனே முதற் பிறப்பு என்றும் ஆரிய புராணங்கள் கூறுகின்றன.

மீன் என்ற தமிழ்ச்சொல் உலக நாகரீகங்களில் பல்வேறு வகையில் திரிபு பட்டு காணப்படுகிறது.

மனு என்று ஆரியக் கதையிலும் எம்மானுவெல் என்று எபிறேய மொழியிலும் விரிவடைகிறது. மனு - எல் என்பது கடவுளைக் குறித்த எபிறேய மொழிச் சொல்லாகும். அதுவே எம்மானுவேல் என்று விரிவடைந்துள்ளது.

விவிலியத்தில் பதிவு செய்யப்பட்டுள்ள நோவா என்ற பெயர் தமிழ்த் திரிபுச்சொல் தான் என்பது ஆய்வில் தெரிய வருகிறது.

நாகன் என்பது தனித் தமிழ்ச்சொல். நோவா என்பது தமிழ்த்திரிபு சொல்.

நாகர் என்போர் தமிழரே. குமரிக்கண்டத்தின் கிழக்குப் பகுதியில் வாழ்ந்திருந்த அம்மக்கள் குமரிக்கண்ட அழிவின்போது தென்னிந்திய கடற்கரைப் பகுதியிலும் இந்தியாவின் கிழக்கு மலை களிலும் குடியேறினர்.

நாவாய் என்பது தமிழ்ச்சொல். நீண்ட வாயை உடைய அல்லது முகப்பை உடைய மரக்கலம் என்பது இதன் பொருள். இதன் நீட்சியாகவே நோவா என்ற சொல் உருவானது. மரக்கலத் தலைவன், நாவாயோட்டி என விரியும்.

ஒருவனுடைய இயற்பெயரைக் குறிப்பிடாமல் அவனது தொழிற் பெயரை கூறி அழைப்பதும் தமிழர் வழக்கமாகும்.

விவிலியத்தில் சொல்லப்படும் 'நோவா' என்பவன் இந்த அடிப்படை யில் தமிழன் என்ற கருத்தே வெளிப்படுகிறது.

வெள்ளக்காலத்திற்கு பிறகு மேற்கில் குடியேறிய நோவாவின் மக்கள் பல்கிப் பெருகினர். அவர்கள் பேசிய மொழி தமிழே.

குமரிக்கண்ட அழிவு மேலை நாடுகளில் தமிழரின் குடியேற்றங் களைத் தோற்றுவிக்க காரணியாக அமைந்தது மட்டுமின்றி தமிழ் மொழியின் பரவலுக்கும் காரணமாயிற்று.

வெள்ளக்காலமும் இறையனார் அகப்பொருள் உரையின் செய்தியும் ஒன்றுபடுகின்றன என்பதால் வெள்ளக்கதை உண்மை நிகழ்வு என்பதும் ஆறு குமரிக்கண்டப் பேரழிவுக்கு காரணமாக இருந்தது என்பது உறுதியாகின்றது.

இலக்கியங்கள், சமயங்கள், புவியியல் செய்திகள், ஆழ்கடல் அகழாய்வு செய்திகள், பொருட்களின் காலத்தை அளக்கும் புதிய முறைகள் போன்ற ஆய்வுக்களங்கள் தந்த தகவல்கள் இவ்வுலகை வெள்ளம் சூழ்ந்து அழித்தது உண்மையே என்று அறிவியல் பூர்வமாக நிலை நிறுத்துகிறது.

ஆதித்தமிழர்கள் வாழ்ந்த குமரிக்கண்டம் இந்த கடல் நீர்ப்பெருக்கத்தில் அழிந்து போன நிகழ்வு உறுதிப்படுத்தப்படுகிறது.

சமயமும் அறிவியலும் எப்போதும் முரண்பட்டவை என்றாலும் கூட சமயங்கள் பல்வேறு அறிவியல் தொடர்பான செய்திகளையும் கொண்டுள்ளன என்பது இந்த பிரளயம் குறித்த பொதுவான கருத்தினை கூறியிருப்பதிலிருந்து தெளிவாகிறது.

ஆதித் தமிழர்கள் வாழ்ந்த குமரிக்கண்ட அழிவிற்கு இலக்கியங் களையே சான்றுகளாக கூறிவந்த நிலைமை மாறி புவியியல், ஆழ்கடலியல் போன்ற துறைகள் வழிச்சான்றுகளும் இப்போது வரத் துவங்கியுள்ளன.

விவிலியத்தில் ஆதாம் என்ற சொல் கடவுளால் உருவாக்கப்பட்ட முதல் மனிதனின் பெயராக தனிப்பட்ட ஒரு நபரின் பெயராகப் பயன்படுத்தப்பட்டிருக்கிறது.

எபிரேய மொழியில் ஆதாமா என்றால் மண் என்றும் ஆதாம் என்றால் மண்ணால் ஆனவன் என்றும் பொருள். எனவே ஆதாம் என்பது ஒரு காரணிப் பெயர் என்பர் சிலர். ஏவாள் அவன் மனைவி. ஏவாள் என்பதற்கு மக்கள் அனைவரின் தாய் என்பது பொருள்.

யூத கிறிஸ்தவத்தில் ஆதாமின் கதை கூறப்பட்டுள்ளது.

ஆதாமைப் பற்றிய கதையை பைபிளில் பழைய ஏற்பாட்டின் முதல் நூலான தொடக்க நூலில் காணலாம். இந்த எழுத்துக்கள் கிறிஸ்தவ மற்றும் யூத மத நம்பிக்கைகளில் முக்கிய பங்கு வகிக்கின்றன.

அதன்படி கடவுள் ஆதாமை தனது சாயலில் படைத்து அவனை ஏதேன் தோட்டத்தில் வைத்தார். ஆதாம் உலகின் எல்லா உயரினங் களுக்கும் பெயரிடுமாறு கடவுளால் அனுமதிக்கப்பட்டான்.

பின்பு கடவுள் அவனது விலா எலும்பிலிருந்து ஒரு பெண்ணைப் படைத்தார். ஆதாம் எல்லா மனிதருக்கும் தாயானவள் என்று பொருள்படும்படி அவளுக்கு ஏவாள் எனப் பெயரிட்டான்.

அவர்கள் கடவுளின் கட்டளையை மீறி அவரால் தடை செய்யப் பட்ட நன்மை தீமை அறியும் மரத்தின் கனியைப் பறித்து உண்ட தால் ஏதேன் தோட்டத்திலிருந்து வெளியே தள்ளப்பட்டார்கள்.

ஏதேன் தோட்டத்திலிருந்து வெளியேறியவுடன் ஆதாம் வேலை செய்து ஏவாளுக்கு உணவு வழங்க வேண்டியதாயிற்று. ஆதாமுக்கும், ஏவாளுக்கும் காயின், ஆபேல், சேத் என்ற மகன்கள் பிறந்ததாக ஆதியாகமம் கூறுகிறது.

ஆதாம் மேலும் பல குழந்தைகளைப் பெற்றதாகவும் விவிலியம் கூறுகிறது. ஆதாம் 930 வருடங்கள் பூமியில் வாழ்ந்ததாகவும் ஆதியாகமத்தில் கூறப்பட்டுள்ளது. தேவன் (எலாஹூம்) மனிதனைப் படைத்தாரென்று ஆதியாகப் புத்தகம் முதல் அதிகாரம் கூறுகிறது.

அவர்களை ஆணும் பெண்ணுமாக சிருஷ்டித்து அவர்களை ஆசீர்வதித்து அவர்களை சிருஷ்டித்த நாளிலே அவர்களுக்கு மனுஷர் (எபிரேய மூல மொழியில் ஆதாம்) என்று பெயரிட்டார்.

ஆதாம் என்பது மனிதன் என்ற சொல்லைப் போல் ஒரு பொதுவான பொருளைக் குறிக்கும் ஒரு வார்த்தையாகும். முழுமனித வர்க்கத்தையும் இந்தச் சொல் குறிக்கலாம்.

தேவன் அவர்களை பல்கிப் பெருகும்படி ஆசிர்வதித்து அவர்கள் சமுத்திரத்தின் மச்சங்களையும், ஆகாயத்துப் பறவைகளையும், மிருக ஜீவன்களையும், பூமியனைத்தையும், பூமியின் மேல் ஊரும் சகலப் பிராணிகளையும் ஆளக் கடவர்கள் என்று கட்டளையிட்டார்.

ஆதியாகமம் 2வது அதிகாரம் கூறுகிறபடி தேவனாகிய கர்த்தர் ஆதாமை பூமியின் மண்ணினாலே உருவாக்கி ஜீவசுவாசத்தை அவன் நாசியிலே ஊதி அவனை ஜீவாத்துமாவாக ஆக்கினார்.

பின் தேவன் ஆதாமை ஏதேன் தோட்டத்திலே வைத்து நீ தோட்டத்திலுள்ள சகல விருட்சத்தின் கணியையும் புசிக்கவே புசிக்கலாம். ஆனால் நன்மை தீமை அறியத்தக்க விருட்சத்தின் கனியைப் புசிக்க வேண்டாம். அதை நீ புசிக்கும் நாளில் சாகவே சாவாய் என்று கட்டளையிட்டார்.

பின்பு 'மனுஷன் தன்மையாயிருப்பது நல்லதல்ல' என்று கண்டார். பின்பு தேவனாகிய கர்த்தர் 'வெளியின் சகலவித மிருகங்களையும், ஆகாயத்தின் சகலவிதப் பறவைகளையும் ஆதாம் அவைகளுக்கு பெயரிடும்படியாக அவைகளை அவனிடத்தில் கொண்டு வந்தார். ஆனால் அந்த மிருகங்களில் ஒன்றாகிலும் ஆதாமுக்கு ஏற்ற துணையாக காணப்படவில்லை.

ஆதலால் தேவன் ஆதாமுக்கு அயர்ந்த நித்திரையை வரச் செய்து அவன் விலா எலும்புகளில் ஒன்றினை எடுத்து விலா எலும்பை

மனுஷியாக உருவாக்கினார். அவர்களுக்கு ஆதாம், ஏவாள் என்று பெயரிட்டார்.'

அதன் தொடர்ச்சியாக ஆதாமும், ஏவாளும் நன்மை, தீமை அறியத்தக்க விருட்சத்தின் கனியை புசிக்க வேண்டாம் என்ற தேவனுடைய கட்டளையை உடைத்தபடியினால் தேவன் அவர்களை ஏதேன் தோட்டத்திலிருந்து வெளியேற்றத்திற்குப் பின் தன் உணவிற்கு கடினமாக உழைக்க வேண்டிய கட்டாயம் முதன் முறையாக ஆதாமிற்கு வந்தது.

அவனும், ஏவாளும் அனேக பிள்ளைகளைப் பெற்றாலும் ஆபேல், காயின் மற்றும் சேத் என்ற மூன்று பெயர்களை மட்டுமே ஆதி யாகமம் குறிப்பிடுகிறது.

◻

7. தமிழ்மொழியை எதிர்த்து அரசியல்களம்

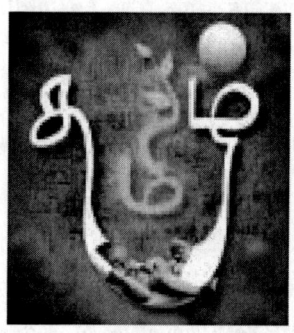

தமிழ்மொழியை எதிர்த்து எந்தெந்த மொழிகள் களம் இறங்கின என்ற இந்திய வரலாற்று ஏடுகளை நாம் புரட்டிப் பார்ப்போமே யானால், முதல் நிகழ்வாகப் பதிவு செய்யப்படிருப்பது சிலப்பதிகார பதிவாகிய கனகவிசயர் கல் சுமந்த நிகழ்வுதான்.

அன்றைய அந்த அரசியல் அது, தமிழ் இனத்தை அவமதித்த நிகழ்வுக்கானதா அல்லது தமிழ்மொழியை அவமதித்ததற்கான நிகழ்வா என்பதை நாம் ஆராய வேண்டியதில்லை.

தமிழரை தமிழ்மொழியை எதிர்த்தவர் யார் அப்போது? வடவர்கள் தான். அது கிறிஸ்தவ சகாப்தத்தின் துவக்க காலகட்டம். அப்போது வட இந்திய மொழிகள் உருவாகியிருக்காது.

இன்றைய வட இந்திய மொழிகளின் தாயாகிய சமஸ்கிருதம் பிறவியிலேயே ஊமை. அதாவது வழக்கொழிந்த மொழி. அந்த வழக்கொழிந்த மொழியிலிருந்து பிறந்து வழக்கில் இருந்த ஏதோ ஒரு மொழியைத் தான் கனக விசயர்கள் பேசியிருப்பார்கள்.

அது பிராகிருதமா பாலியா என்பது நமக்கு தேவையற்றது. அது திராவிட மொழி இல்லை என்பது மட்டும் உண்மை.

அக்காலத்திற்குப் பின்னும், வரலாற்றில் பல்வேறு கட்டங்களில் சமஸ்கிருத மொழியாளர்கள்தான் தமிழ்மொழியுடன் மோதல் போக்கை கடைப்பிடித்து வந்திருப்பது வரலாறு நமக்கு கூறும் சான்று.

இந்தியாவில் மொழியியல் இல்லாத பிற அரசியல் காரணங்களுக்காக தமிழ் மன்னர்களோடு பிறமொழி மன்னர்கள் மோதி இருக்கிறார்கள்.

மண்ணுக்காக நடந்த சண்டை, நாட்டு எல்லைக்காக நடந்த சண்டை, ஆற்றுத் தண்ணீருக்காக நடந்த சண்டை என்பதாக வரலாற்றில் எத்தனையோ யுத்தகளங்கள் பரந்து விரிந்து கண்முன் வருகின்றன.

ஆனால் மொழிக்காக நடந்த சண்டை என்று எதுவும் இல்லை. வடஇந்திய ஆரிய மொழிகளுக்காகவோ அல்லது தென்னிந்திய திராவிட மொழிகளுக்காகவோ மன்னர்கள் மொழிக்களம் அமைத்து மோதிக்கொண்டது இல்லை.

கன்னட மொழியாளர்கள் செம்மொழிக் களத்துக்கு முன்பாகவே தமிழ் எதிர்ப்புக்களம் ஒன்றை உருவாக்கி கலகக் கொடி தூக்கிக் கொண்டிருந்தார்கள்.

இந்தியாவில் செம்மொழிப் பட்டியல் திருத்தியமைக்கப்பட வேண்டும் என்னும சந்தடிக் சாக்கில் தங்கள் மொழிகளும் செம்மொழிப் பட்டியலில் நுழைக்கப்பட வேண்டும் என்பதற்காகத் தெலுங்கு மொழியாளர்களும், கன்னட மொழியாளர்களும் பலப் பல திரைமறைவு வேலைகளில் ஈடுபட்டபடி இருந்து வருகிறார்கள்.

அதோடு சில பகிரங்க மோதல்களிலும் ஈடுபடத் தொடங்கியிருந் தார்கள். குறிப்பாக கன்னட மொழியாளர்கள் காவிரிச் சிக்கலைத் தங்கள் மனத்தில் பொத்தி வைத்துக் கொண்டு இந்த செம்மொழிச் சிக்கலில் ஒரு போர்க்களச் சூழ்நிலையையே உருவாக்கி விட்டார்கள். அவர்களுள் சிலருக்கு மொழிப்பற்று என்பது மொழி வெறியாகவே பரிணாமம் பெற்று விட்டிருந்தது.

ஆனால் தமிழ்மொழியின் செம்மொழித் தகுதிகள் ஐயந்திரிபற நிரூபிக்கப்பட்டு விட்டதால் அந்த மொழியை மட்டும் இந்தியாவின் செம்மொழி என்று அங்கீகரிப்பது என்பது காலத்தின் கட்டாயம் என்பதாக மத்திய அரசின் உயர்மட்டங்களில் ஒரு கருத்து உருவாகி விட்டது.

அதற்குப் பிறகு கூட கன்னட மொழியாளர்களும், தெலுங்கு மொழி யாளர்களும் தங்கள் கோரிக்கையைக் கைவிட்டு விடவோ அல்லது தொய்ந்து போகுமாறு விட்டு விடவோ தயாராக இல்லை. மொழிக் களத்தை விரிவுபடுத்தி - ஆம் மொழியியல் இன்று அரசியல் களமாகி விட்டது.

அரை நூற்றாண்டுக்கு முன்பாக அன்றைய பெங்களூரில் இராம நவமி இசை விழாவில் பாடுபடுவதற்காக அழைத்துச் செல்லப் பட்டிருந்த தமிழ்ப்பாடகி எம்.எஸ். சுப்புலட்சுமியை எதிர்த்துக் கன்னட தீவிரவாதிகள் சிலர் விதைத்த விஷ வித்துக்கள் இன்று வரை முளைத்தபடியே இருக்கின்றன.

அது கூட அந்தப் பாடகி தமிழில் பாடினார் என்பதற்காக அல்ல அந்தக் கலகம். மாறாக அவர் தமிழச்சி என்பதற்காகத்தான்.

தோலைக் கடித்து, துருத்தியைக் கடித்து, ஆட்டைக் கடித்து, மாட்டைக் கடித்து இறுதியாக மனிதனையே கடித்த கதையாக அது தொடர்ந்து கொண்டிருக்கிறது.

திரைப்படக் கொட்டகைகளில் தமிழ்த் திரைப்படங்கள் திரையிடக் கூடாது என்று கர்நாடக மாநிலத்தில் - இதே மொழிப் போருக்கு ஒரு கிளைக்களத்தை சிலர் அமைத்தனர். இல்லையென்றால் செம்மொழி என்பதே இந்தியாவில் இல்லை என்று விட்டு விடுங்கள்.

தெலுங்கும் கன்னடமும் இல்லாமல் செம்மொழி அறிவிப்பு வெளி யிடக் கூடாது என்பது அவர்களின் மிரட்டலாக இருந்தது.

ஒரு காலத்தில் இந்தியாவில் செம்மொழிகளாக மூன்று மொழிகள் சமஸ்கிருதம், அரபி, பாரசீகம் இருந்தது கிஞ்சித்தும் பகுத்தறிவுக்கு பொருந்தாத ஏற்பாடு என்பதில் எள்ளளவும் சந்தேகமில்லை.

எனவே அந்தப் பழைய ஏற்பாடு கைவிடப்பட்டு புதிய செம்மொழிப் பட்டியலாக சமஸ்கிருதத்தோடு தமிழ்மொழி மட்டும் சேர்க்கப்பட வேண்டும் என்பதுதான் நடுநிலையான மொழியியல் வல்லுநர் கருத்தாக இருந்தது.

தமிழ்மொழிக்கு செம்மொழி வழங்கப்படும் முடிவை நடுவணரசு தற்போது ஓர் அரசாணை வாயிலாகவே முறையாக அறிவித்திருக் கிறது. ஆனால் செம்மொழி அந்தஸ்து வழங்கும் இம்மாதிரியான அரசாணை அறிவிப்பு இதற்கு முன்னால் அறிவித்ததாகத் தெரிய வில்லை.

சமஸ்கிருதம், அரபி, பாரசீகம் ஆகிய மூன்று மொழிகளுக்கும் இது மாதிரியான அரசாணை எதுவும் வழங்கப்படாமலேயே பல்லாண்டு களாக செம்மொழி அந்தஸ்து பெயரால் பல கோடி ரூபாய் நடுவணரசில் கல்வித்துறையால் மக்கள் பணம் ஆதாரம் இல்லாமல் செலவிடப்பட்டிருப்பது கண்டறியப்பட்டுள்ளது.

இந்தி மொழி இந்திய நாட்டின் ஆட்சி பீடத்தில் ஏற்றி வைக்கப்பட்டு விட்டது. அது உயர்ந்த பீடத்திலிருந்து எங்கே நழுவி விழுந்து விடுமோ என்ற அச்சம் அரசியல் சட்டகர்த்தாக்களின் உள்ளத்தில் உள்ளூர அமுங்கிக் கிடக்கிறது.

ஆட்சி மொழி என்பது உயிரோடு உள்ள மக்களின் அன்றாடப் பிரச்சனைகளோடு நேரடியாகத் தொடர்பு படைத்திருப்பது. இந்தியை இந்தியாவின் ஆட்சி மொழியாக ஏன் தேர்ந்தெடுத் தார்கள்? இந்திய நாட்டு மக்களுள் 40 சதவீதம் பேர் அந்த மொழியைப் பேசுவதால் தான். அதாவது இந்திய மக்களுள் மிக அதிக எண்ணிக்கையினரால் பேசப்படும் மொழியாக இந்தி இருப்ப தால்தான். எனவே ஆட்சி மொழிப் பிரச்சனை என்பது மக்களோடு நேரடியாகத் தொடர்புடையது.

மொழி அடிப்படையில் பார்க்கும் போது இந்திய நாடு இரண்டு துண்டுகளாகப் பிளவுபட்டுக் கிடப்பதை நாம் காணலாம். இந்த இரண்டு துண்டுகளுள் பெரியதுண்டு ஆரிய மொழிக் குடும்ப மொழிகள் பேசப்படும் வடமாநிலங்கள். சிறிய துண்டு திராவிட மொழிக் குடும்ப மொழிகள் பேசப்படும் தென் மாநிலங்கள்.

அரசியல் சட்டத்தின் 351ஆம் பிரிவுக்கு கொடுக்கப் பட்டிருக்கும் தலைப்பு 'Development of Hindi Language'

இந்தி மொழியின் சொல் தொகுதி வளப்படுத்துவதற்கு சமஸ்கிருத மொழியை மட்டும் தான் பிரதான வள ஆதரமாகப் பயன்படுத்திக் கொள்ள வேண்டும் என்று சட்டப்பிரிவு 351ஆம் பிரிவு ஆணையிடு கிறது.

மகாத்மாவுக்கு மனநிறைவு தந்திருந்த மொழி இந்தி அல்ல. இந்துஸ்தானி. இந்தி வட இந்தியாவில் தொண்ணூறு சதவிகித மக்களின் மொழியாக இருந்தது என்றால் இந்துஸ்தானியோ வட இந்தியர்களுள் நூற்றுக்கு நூறு பேர்களால் புரிந்து கொள்ளக்கூடிய மொழியாக இருந்தது. அதனால்தான் இந்தியை விட இந்துஸ்தானியே இந்தியாவின் ஆட்சி மொழியாவதற்கு முழுத் தகுதி படைத்திருந்த மொழி என்று மகாத்மா வாதாடிப் பார்த்தார். அவரது வாதம் எடுபடாமல் போயிற்று. ஆட்சி மொழிப் பிரச்சனைக்கு இறுதித் தீர்வு காணப்படுவதற்கு முன்பாகவே அவரது வாழ்வும் முடிந்து போயிற்று.

நாம் சமஸ்கிருகத்திற்கு மட்டுல்ல இந்தியாவின் எந்த மொழிக்கும் எதிரி அல்ல. இந்திய அரசியல் சட்டத்தின் 351ஆம் பிரிவில் இடம் பெற்றிருக்கும் சமஸ்கிருதத்துக்கு மட்டுமே நாம் எதிர்ப்பு தெரிவிக் கிறோம்.

எந்த இந்தி மொழியின் சொல் தொகுதி வளம் பெற வேண்டும் என்பதற்காக 351ஆம் பிரிவு இணைக்கப்பட்டு அதில் எட்டாம் அட்டவணையும் மேற்கோளாக காட்டப்பட்டிருக்கிறதோ, அதே எட்டாம் அட்டவணையில் இந்தி இடம் பெற்றிருக்கிறதே அது மாற்றம் செய்யப்பட வேண்டும்.

தமிழும், சமஸ்கிருதமும்தான் இந்தியாவின் செம்மொழிகள் என்னும்போது இரண்டு மொழிகளுக்கும் இடையே உள்ள ஒற்றுமைகளையும், வேற்றுமைகளையும் நம் மனதில் இருத்திக் கொள்ள வேண்டாமா?

இந்திய மொழிகளுள் இந்த இரண்டு மொழிகளும் தான் 2000 ஆண்டு பழைமை படைத்திருப்பவை. 2000 என்று தோராயமாகச் சொன்னால் போதுமா? சரியான எத்தனை ஆண்டுகள் என்று துல்லியமாகச் சொல்ல வேண்டாமா?

சமஸ்கிருதம் 20ஆம் நூற்றாண்டிற்கு முன்பே செம்மொழி அந்தஸ்தைப் பெற்றிருந்தது. அதைப் பின்பற்றியே தமிழ் மொழிக்கும் செம்மொழி அந்தஸ்து வழங்கப்பட வேண்டும் என்பதாகப் பரிதிமாற் கலைஞர் உள்ளிட்ட தமிழ் அறிஞர்கள் கூறினார்கள். ஆனால் அந்தக் கோரிக்கை ஏற்கப்படவில்லை.

ஏற்கப்பட்டிருக்குமானால் சமஸ்கிருதத்துடன் ஜோடி போட்டுக் கொண்டு தமிழும் ஒரு நூற்றாண்டுக்கும் மேலாகச் செம்மொழியாக செம்மாந்து நடைபோட்டபடி இருந்திருக்கும்.

◻

8. கடவுளும் கடல் வெள்ளமும்

இன்று நாம் அறியும் உலக வரைபடம் கி.மு 12,000 ஆண்டு களில் அறியப்பட்டது தான் என்றும், அதற்கு முன்பிருந்த உலக நிலை வேறொன்றாக இருந்தது என்றும் புவியியலார் கூறுகின்றார்.

தோன்றிய முதலான உலகத்தை ஊழிப் பெருவெள்ளம் ஒன்று தோன்றி அழித்து விட்டதாக அனைத்து சமயங்களும் ஒருமித்த குரலில் கூறுகின்றன.

வெள்ளம் பெருக்கெடுத்து உலகை அழித்த செய்திகளை இன்றைய அறிவியல் உறுதிப்படுத்தவதோடு அந்நிகழ்வுக்கான பல்வேறு காரணிகளையும் அறிவியல் சார்ந்த புவியியல், ஆழ்கடலியல், வானியல் போன்ற துறைகளும் விளக்குகின்றன.

பண்டைய குமரிக்கண்டம், ஆழிப்பேரவையில் அழிந்ததற்கான சான்றுகளை இலக்கிய வரிகளில் ஆராய்ச்சி செய்த காலம் கடந்து புவியியல் ஆழ்கடலியல் போன்ற துறைவழிச் சான்றுகள் இன்று வரத் துவங்கி விட்டன.

ஆழிப் பெருவெள்ளத்தில் உலகம் அழிந்து புதிய உலகம் உருவான மூலக்கதை கால வரிசைப் பட்டியலில் ஆய்வாளர்களுக்கு கண்ணாமூச்சி விளையாட்டு காட்டுகிறது.

வெள்ள காலத்திற்குப் பின் புதிய உலகின் தந்தையாக முன்னிறுத்தப் படுகின்ற நோவா எனும் ஒரு மனிதன் ஒவ்வொரு சமயத்தின் வரலாற்றிலும் ஒவ்வொரு பெயருடன் வலம் வருகிறான். ஆயினும் அவனது கதையும், வெள்ள நிகழ்வுகளும் மூலக்கருவினை யொட்டியே கட்டமைக்கப்பட்டுள்ளது என்பது ஆராயத்தக்கது.

நோவா என்ற அந்த மனிதனை முன்னிலைப்படுத்தியே மெசபத்தோமிய, பாபிலோனிய, அசீரிய, எபிறேய சமயங்கள் அந்த பேரழிவு நிகழ்வுகளையும் புதிய உலகின் தோற்றம் குறித்தும் பேசுகின்றன.

பிற்காலத்திய சமயமான ஆரிய சமயமும் அதனையொட்டியே கருப்பொருளை கையாண்டிருப்பது போல் தெரிகின்றது.

மெசபத் தோமியக் கதையான 'கில்கா மேசு', சுமேரியக்கதையான 'சேய் சூத்திரன்', எபிரேயக் கதையான 'நோவா,' அரபுக் கதையான 'நூஹ்' ஆரியக் கதையான 'மனு' யாவற்றின் கதைக்கருவும் இதுதான்.

கடவுள் இவ்வுலகைப் படைத்தார். மக்களைப் படைத்து தனக்கு சார்புடன் இருக்க உத்தரவிட்டார். ஆனால் கடவுள் அளித்த நன்மைகளையெல்லாம் ஏற்றுக் கொண்டு மக்கள் கடவுளை மறந்து போய் விட்டனர்.

உலகில் தீமைகளும், தீய ஒழுக்கங்களும் தலை விரித்தாடின. பாலியல் நுகர்வு தொடர்பான தீய ஒழுக்கம், கெட்ட நிகழ்வுகள் சமூகத்தில் பெருகின. எங்கு பார்த்தாலும் கொலை, கொள்ளை, திருட்டு, மோசடி, துரோகம் என தீயவர்கள் எண்ணிக்கை உலகெங்கும் நிரம்பி வழிந்தது. உலகைப் படைத்த கடவுளுக்கு மிகுந்த சினம் உண்டாயிற்று.

அந்த மக்கள் கூட்டத்தில் ஒரே ஒருவன் மட்டும் கடவுளுக்கு அஞ்சி சான்றோனாக வாழ்ந்து வந்தான்.

கடவுள் அவன் முன்னே தோன்றினார். உலகெங்கும் நீக்கமற தீமை நிறைந்து விட்டதால் இந்த உலகத்தை ஆழிப் பெருவெள்ளத் தால் அழிக்க முடிவு செய்து விட்டதாக கடவுள் கூறினார்.

மிகவும் நல்ல மனிதனாகிய அவனை மட்டும் அந்த வெள்ளத்தி லிருந்து காப்பதற்கு முடிவு செய்திருப்பதாக அறிவித்தார்.

மிகப்பெரிய மரக்கலம் ஒன்றைக் கட்டிக் கொள்ளுமாறு பணித்தார். உலகிலுள்ள உயிரினங்களில் ஒவ்வோர் இணையை அம்மரக் கலத்தில் ஏற்றிக் கொள்ளுமாறு கட்டளையிட்டார்.

அந்த மனிதனும் அவ்வாறே செய்து கொள்ள கடவுள் மழையைப் பெய்வித்து பெருவெள்ளத்தை உருவாக்கினார். அம்மனிதனும் இல்லத்தாரும் வெள்ளத்தினின்றும் காப்பாற்றப்பட்டனர்.

வெள்ளம் வடிந்ததும் மரக்கலத்தை திறந்து விடுமாறு கடவுள் பணித்தார். மனிதனும், விலங்குகளும், பறவைகளும் வெளியே வந்து தன்னைக் காத்த கடவுளுக்கு நன்றி கூறினர். புதிய தலைமுறை யோடு புதிய உலகம் உருவாயிற்று. தீமைகள் அழிந்தன.

இந்த மூலக்கதையைத் தழுவியே பல சமயங்களிலும் உலகம் வெள்ளத்தால் அழிந்த கதை உருவாக்கப்பட்டுள்ளது.

அத்தனை சிறப்புகளுக்குரிய புதிய உலகின் தந்தையென கூறப்படு கின்ற நோவா என்ற அந்த மனிதனைப் பற்றிய ஆய்வுகள் இன்றளவும் தொடர்ந்து கொண்டு தான் இருக்கின்றன.

தொன்மக் கதைகள் அறிவியல் பார்வைக்கு கட்டுப்படாதவைகள் என்றாலும் கூட, அவைகளிலும் பல வரலாற்றுச் செய்திகள் பொதிந்து கிடப்பதை மறுப்பதற்கில்லை.

தொன்மக் கதைகள் என்று ஒதுக்கப்பட்ட பகுதிகளில் தான் ஆதாம், நோவா போன்றோரின் நிகழ்வுகள் இடம் பெற்றுள்ளன.

நோவா ஒரு வரலாற்று மாந்தனா அல்லது கற்பனைப் படைப்பா என்ற கேள்விக்கு இன்று வரை எவரும் விடை கூறவில்லை நோவா தனியொரு மனிதனா அல்லது ஒரு இனத்தின் உருவகமா என்ப தற்கும் விடையில்லை.

தோரா, விவிலியம், குர்ஆன் ஆகிய மூன்று சமய நூல்களும் ஒன்றுக்கொன்று தொடர்பு கொண்டவை. பல்வேறு செய்திகளையும் ஒன்று போலவே கூறுகின்றன.

இன்று உலகில் வாழும் மக்களில் பெரும்பாலோர் மேற்கண்ட மூன்று சமயங்களைப் பின்பற்றி வருவதால் தான் 'நோவா' என்ற பிரளய (வெள்ளம்) காலத்து புதிய மனிதனைப் பற்றிய செய்திகளை உலகில் பலரும் அறிந்திருக்கிறார்கள்.

தோரா யூதரின் சமய நூலாகும். விவிலியம் கிறிஸ்துவின் கொள்கைகள் மற்றும் தோரா பற்றி கூறும் சமய நூலாகும். குர்ஆன் தோரா மற்றும் இயேசுவின் கொள்கைகள் மற்றும் நபிகள் நாயகத்தினால் அருளப்பட்ட கொள்கைகளைக் கொண்ட சமய நூலாகும்.

உலகை அழித்த வெள்ளம் உண்மையில் ஏற்பட்டதா? உலகின் ஒரு பகுதியை மட்டும் அழித்ததா அல்லது பெரும் பகுதிகளைக் காவு கொண்டதா? எக்காலத்தில் அந்நிகழ்வு நடைபெற்றது?

இது போன்ற கேள்விகளுக்கு இன்றைய ஆய்வுகளும், அறிவியல் விளக்கங்களும் இடையறாத பயணத்தை மேற்கொண்டிருப்பதை காண முடிகின்றது.

உலகின் படைப்புக்காலம் பற்றிய சமய இலக்கிய கதைகள் அனைத்தும் ஒன்று போலவே காணப்படுவதால் அலைகள் ஏதேனும் ஒரு மூலக்கதையின் தழுவலாக இருக்கும் வாய்ப்பு அதிகமாக தென்படுகிறது.

ஆதாம் முதலான படைப்புக்காலம் தொடங்கி நோவா வரையிலான வெள்ளக் காலங்களில் சொல்லப்பட்ட செய்திகளை தோரா, விவிலியம், குர்ஆன் ஆகிய மூன்று சமய நூல்களும் அப்படியே ஏற்றுக் கொண்டுள்ளன. ஏனெனில் அச்செய்திகள் கடவுளால் சொல்லப்பட்டதாகவே கருதப்பட்டதால் அதற்கு எதிராக கருத்துக்கள் ஆய்வுக்களங்களில் ஏற்றுக் கொள்ளப்படவில்லை.

படைப்பதிகாரம் என்ற ஆதி ஆகமத்தில் ஆதாம் முதல் நோவா வரையிலான கால நிகழ்வுகளை தொன்மக் கதைகளாக அறிவித்து விட்டனர்.

நோவா கதை என்பது வரலாற்றுக் கண்ணோட்டத்தில் நிறுவ இயலாத ஒன்று என்பதை விவிலிய ஆய்வாளர்களே ஏற்றுக் கொண்டுள்ளனர்.

உலகின் முதன்மொழி எதுவென்பதை ஆய்வு செய்ய முற்படும் போது நோவா என்பவனை விலக்கி விட்டு ஆய்வுகள் மேற்கொள்ள இயலாது என்பது உண்மை.

அது போன்றே உலகில் நாகரீகம், பண்பாடு, கல்வி, நுண்கலை, வேளாண்மை, தொழில்நுட்பம் போன்ற பழங்காலத்து துறைகளை ஆய்வு செய்பவருக்கு நோவா என்ற மனிதனை கடந்து போக முடியாது.

நோவா என்ற சொல் எம்மொழிச் சொல்? அவன் வாழ்ந்திருந்த நாடு எது? அவன் பேசிய மொழி என்ன? அவன் உண்மையிலேயே வரலாற்று மனிதன்தானா என்ற ஆய்வுகள் புதிய புதிய தகவல்களை தந்து கொண்டே இருக்கின்றன.

கி.மு 3500 ஆண்டுகளில் வாழ்ந்திருந்த சுமேரியர் இனம் மெசபத்தோமியாவின் நாகரீக வளர்ச்சிக்கு வித்திட்டது.

சுமேரியருக்கு முன்பிருந்த மெசபத்தோமியர்கள் நாகரீக வளர்ச்சியின் எந்த ஒரு தடயத்தையும் அங்கே பதித்ததாக அறிய இயல வில்லை. மெசபத்தோமியரும், சுமேரியரும் தங்களுக்கென வழிபாட்டு முறைகளைக் கொண்டிருந்தனர் என அறிய முடிகிறது.

கி.மு. 2000 ஆண்டுகளில் மெசபத் தோமியாவில் எபிறேயர் என்ற யூத இனத்தார் மோசே என்பவர் தலைமையில் ஒரு புதிய சமயத்தை தங்களுக்கென உருவாக்கிக் கொண்டனர்.

அச்சமயத்தின் விதிமுறைகளையும், வழிபாட்டு முறைகளையும் யூதரின் கடவுளே மோசே என்பவருக்கு அறிவித்துக் கொடுத்தார் என்று தோரா எனும் யூத சமயநூல் கூறுகிறது.

யூத சமயம் இன்றும் பலராலும் பின்பற்றப்பட்டவரும் உயிரோட்ட முள்ள மதமாக இருந்து வருகிறது.

யூத மரபில் தோன்றிய இயேசு கிறிஸ்து யூத சமயத்தின் கொள்கைகளில் பல மாற்றங்கள் செய்து தமது புதிய கொள்கை களையும் இணைத்துக் கொடுத்தார்.

இயேசுவின் தொண்டர்கள் பரப்பிய சமயம் கிறித்துவம் எனப்படு கின்றது. கிறிஸ்துவ சமயத்தின் நூலான விவிலியம், மோசே - இயேசு ஆகியோரின் கொள்கைகளை அடக்கிய நூலாகும்.

யூத சமய நூலான தோரா, கிறித்துவர்களின் வணக்கத்துக்குரிய நூலாக ஏற்கப்பட்டு அது பழைய ஏற்பாடு என்ற பெயரால் விவிலியத்தின் முதல் பகுதியாக விளங்கி வருகின்றது.

இயேசுவுடன் ஏற்பட்ட முரண்பாடுகள் காரணமாக யூதர்கள் விவிலிய நூலை ஏற்பதில்லை.

உலகம் தோன்றியது முதல் வெள்ளக்காலம் வரையிலான கதையை எபிறேய மொழி இலக்கியமான தோரா கூறுகிறது.

படைப்புக்காலம் முதல் வெள்ளக்காலம் வரையில் ஒரு பகுதி யாகவும், வெள்ளக் காலத்திற்குப் பிறகு தோன்றிய புது உலகம் இரண்டாவது பகுதியாகவும் அறியப்படுகின்றன. இந்த இரண்டாவது பகுதியின் தொடர் நிகழ்வுகளே விவிலியம் என்ற நூலில் விளக்கப் பட்டுள்ளன.

படைக்கப்பட்ட முதல் மனிதன் ஆதாமும் புதிய உலகின் முதல் மனிதன் நோவாவும் தோரா மற்றும் விவிலிய நூல்களில் சிறப்பாக பேசப்படுகின்றனர்.

எபிறேய மக்கள் கடவுளால் தெரிந்து கொண்ட மக்கள் என்று சொல்லப்படுவதால் கடவுள் படைத்த முதல் மனிதன் ஆதாமும், அவன் வழிவந்தவர்களும் தங்களுடைய இனமே என உறுதிப் படுத்திக் கொள்வதில் எபிறேயர்கள் ஆர்வம் கொண்டிருந்தனர்.

அதனடிப்படையில் படைப்புக் கதையை தங்களது தோரா நூலில் முதல் பகுதியாக இணைத்துக் கொண்டனர். மேலும் தோராவைத் தொகுத்த ஆசிரியர் படைப்புக் கதை மெசபத்தோமியப் பகுதிகளி லேயே நிகழ்வுற்றது போன்ற தோற்றத்தை ஏற்படுத்தியுள்ளார்.

உண்மையில் கடவுளால் படைக்கப்பட்ட முதல் மனிதன் ஆதாம் வாழ்ந்திருந்த நாடும் அவனது மரபினரும் பேசிய மொழி பற்றி தெளிவான விளக்கங்களை தோரா கொடுக்கவில்லை.

ஆதாம் முதல் நோவா வரையிலான மரபில் நோவா பத்தாவது தலைவனாக அறியப்படுகிறான். சுமேரியா மெசபதோய கதைகளும் பத்து தலைமுறைகளைக் கூறுகின்றன.

விவிலியமும் தோராவும் கூறும் வெள்ள நிகழ்வும் நோவா பற்றிய கதையும் இதுதான்:

தன்னால் படைக்கப்பட்ட மாந்தனின் சிந்தனைகள் யாவும் குற்றங் களை கொண்டிருந்ததைக் கண்டு மனம் வருந்தினார் கடவுள். தீமையின் கூடாரங்களில் அவர்கள் யாவரும் குடியிருந்தது கண்டு கோபம் கொண்டார்.

அதன் காரணமாக தான் படைத்த மனித இனத்தை அடியோடு அழித்திட முடிவு செய்தார். மக்களை மட்டுமல்லாது மக்களின் நலனுக்காக படைக்கப்பட்ட விலங்குகள் பறவைகள் யாவற்றையும் அழிக்க முடிவு செய்தார்.

அச்சமயம் நோவா என்பவன் மட்டுமே நல்லொழுக்கமும் இறை சிந்தனை மிக்கவனுமாக இருந்தான்.

அவனைக் கண்டு கொண்ட கடவுள் அவனை அழைத்தார். நான் பெருவெள்ளத்தை ஏற்படுத்தி உலகிலுள்ள அனைத்து உயிரினங் களையும் அழிப்பேன்.

உன்னுடன் நான் செய்து கொள்ளப் போகும் உடன்பாட்டின்படி நீயும், உன் மக்களும், மனைவியும் காப்பாற்றப்படுவீர்கள்.

காட்டிலுள்ள பெருமரத்தால் ஒரு பெரிய மரக்கலத்தை கட்டிக் கொள். அதில் பல்வேறு அறைகளை உருவாக்கி அவற்றின் மேலும், கீழும் ஒழுகாதவாறு பூசிக் கொள். மரக்கலத்தின் நீளம் 300 கூபித்து களும் அகலம் 50 கூபித்துகளும் உயரம் முப்பது கூபித்துகளுமாக இருக்கட்டும்.

சூரியஒளி படுமாறு ஒரு திறப்பை ஏற்படுத்திக் கொள்.

பக்கவாட்டில் ஒரு வழியை உருவாக்கு. அடித்தளம், இடைத் தளம், மேல்தளம் என்றவாறு மூன்றடுக்கில் அம்மரக்கலம் இருக் கட்டும்.

உன்னுடன் நான் செய்து கொள்ள இருக்கும் உடன்பாட்டின்படி நீயும், உன் மனைவி, மக்களும் அந்த மரக்கலத்தினுள்ளே செல்லுங்கள்.

உலகிலுள்ள உயிரினங்களில் ஒவ்வொரு இணையையும் உயிருடன் எடுத்துக்கொள். உனக்கும், உனது மனைவி, மக்களுக்கும், உயிரினங் களுக்கும் தேவைப்படும் உணவுப் பொருட்களையும் சேர்த்து வைத்துக் கொள் என்று கடவுள் நோவாவைப் பார்த்து கூறினார்.

இன்றிலிருந்து ஏழாம் நாளில் உலகில் மழையையும், பெருவெள்ளத் தையும் உருவாக்கப் போவதாகவும், நாற்பது இரவும், பகலும் அவ்வெள்ளம் நீடிக்குமென்றும், இறுதியில் உலகிலுள்ள அனைத்து உயிரினங்களும் துடைத்தெறியப்படும் என்றும் கடவுள் நோவாவைப் பார்த்து கூறினார்.

கடவுள் கூறியவாறே நோவாவும், அனைத்தையும் செய்து முடித்த பின் அந்த ஏழாம் நாளில் நோவாவும் மரக்கலத்திலேறி கதவைச் சார்த்திக் கொண்டான்.

நாற்பது நாள் அளவில் வெள்ளம் பெருக்கெடுத்து உலகைச் சூழ்ந்தது. வெள்ளத்தில் உலகத்தின் அனைத்து உயிரினங்களும் மாண்டு போயின. நாற்பதாம் நாளில் நோவா ஒரு காக்கையை அனுப்பி வெள்ளம் வடிந்து விட்டதா என்று பார்த்தான்.

அது சென்ற சில பொழுதில் திரும்பி விட்டது. பிறகு ஒரு புறாவை அனுப்பினான். அதுவும் உட்கார நிலமின்றி திரும்பி வந்தது.

ஏழு நாள் சென்ற பின் மீண்டும் அப்புறாவை அனுப்பினான். அன்று மாலை அப்புறா தனது அலகில் ஒளிவிளக்கொன்றைப் பிடித்துக் கொண்டு திரும்பி வந்தது.

வெள்ளம் வடிந்து போனதை அறிந்த நோவா தரையிறங்க விரும்பி னான். அவனுடைய மரக்கலம் அராரத் என்ற மலை முகட்டில் நிலை கொண்டிருந்தது.

இறுதியாக கடவுள் நோவாவை மரக்கலத்தை விட்டு வெளி யேறுமாறு கட்டளையிட்டார். தரையில் இறங்கிய நோவா கடவுளுக்கு தனது நன்றியைக் காட்ட தீமூட்டி காவு கொடுத்தான்.

இதன் மணத்தை நுகர்ந்த கடவுள் இனியொரு காலத்திலும் உலகை அழிக்கப் போவதில்லை என்றார்.

கடவுள் நோவாவையும் அவனது மனைவி மக்களையும் வாழ்த்தி இப்புதிய உலகில் உங்கள் மரபு பல்கிப் பெருக்கட்டும் என்றார்.

அராபியக் கதையிலும் பிரலியம் எனும் பெருவெள்ளம் உலகை அழித்த நிகழ்வு கூறப்படுகிறது.

வெள்ளம் ஏற்பட்டதையும் அவ்வெள்ளத்திலிருந்து நூஹ் நபி காக்கப்பட்டதையும், அல்லாவை மறந்தவர்கள் வெள்ளத்தில் மூழ்கடிக்கப்பட்டதையும் நபிகள் நாயகத்துக்கு அல்லா விளக்கிய தாக திருக்குர் ஆன் தெரிவிக்கிறது.

இதன் மூலம் நூஹ்நபி (நோவா) என்ற மனிதன் இருந்ததையும் அவன் வெள்ளத்திலிருந்து காக்கப்பட்டதையும் மற்ற மக்கள் மூழ்கடிக்கப்பட்டதையும் உண்மையான நிகழ்வென்றே தெரிவிக் கின்றது. யூத சமய இலக்கியமான தோராவும் அது உண்மை நிகழ் வென்றே கூறுகிறது.

மரக்கலம் தயார் செய்வதற்கு அடிபெருத்த மரம் என்றும் நீர்க் கசிவுக்கு உள்ளாகாத மரம் என்றும் அரபியக் கதையில் கூறப்படுவது பலா மரத்தையே என்கிறார்கள்.

வெள்ளம் வடிந்த பின் மரக்கலம் அல்-ஜீடி என்ற மலையில் நிலை கொண்டதாகக் கூறப்படுகிறது.

அல்ஜீடி என்பது விவிலியக் கதையில் கூறப்படும் அராரத் என்ற மலைதான் என்று கூறப்படுகிறது.

இம்மலைத் தொடர் ஆர்மீனியாவிற்கும், மெசபத்தோமியாவிற்கும் இடையில் உள்ளதாகும். இன்றைய துருக்கியின் தென்கிழக்கிலும் ஈராக் மற்றும் சிரியாவுக்கு கிழக்கிலும் உள்ளது.

அந்த மரக்கலத்தில் உடைந்த மரத்துண்டு அராரத் மலைப்பகுதி யில் கண்டெடுக்கப்பட்டதாக நம்புகின்றனர்.

மகா பிரளயம் எனும் பெருவெள்ளம் குறித்த செய்திகள் பாபிலோனை அகழாய்வு செய்தபோது ஏராளமாகக் கிடைத் துள்ளன. அசீரிய மன்னன் ஆசூர் பனிபால் என்பவனுடைய நூல் நிலையம் ஒன்றும் அண்மையில் கண்டறியப்பட்டது.

அங்குதான் மெசபத்தோமியா வெள்ளக்கதை பற்றிய குறிப்புகள் கிடைத்தன. இக்குறிப்புகள் கி.மு. 3500 ஆண்டுகளுக்கு முற் பட்டவையென ஆய்வாளர்கள் கருதுகின்றனர். இவையன்றி வேறு சில குறிப்புகளும் கண்டெடுக்கப்பட்டுள்ளன. இவற்றுள் சிறப்புக் குரியதாக கருதப்படுவது கில்காமேஷ் என்ற பாட்டிலக்கியமாகும்.

கிர்காமேஷ் என்பவன் சூரிபாக் என்ற நாட்டின் மன்னனாவான். இவனுக்கு சேய் சூத்திரன் என்ற பெயரும் உண்டு. இவன் இறவா வரம் பெற்றவன். அதனால் கர்வம் கொண்டு குடிமக்களை கொடூரமாக துன்புறுத்தி வந்தான்.

கொடிய விலங்குகளுடன் வாழ்ந்து வந்த எங்கிடு என்பவனுடன் கில்காமேஸ் நட்பு கொண்டான். இரண்டு கொடியவர்களும் இணைந்து இன்னும் கொடுமைகள் அதிகம் செய்யத் தலைப் பட்டனர். இதன் காரணமாக இவர்களை அழித்திட முடிவு செய்த கடவுள் எங்கிடுவைக் கொன்றார்.

தன்னையும் கடவுள் கொன்று விடுவார் என அச்சப்பட்ட கில் காமேஷ் சாவினின்றும் தப்பிக்க இருக்கிறதா என்று ஆராய்ந்தான்.

அப்போது வெள்ளத்தினின்றும் உலகில் உயிர் பிழைத்த உட்நா பிஷ்டிம் என்பவனை மிகுந்த முயற்சி செய்து சந்திக்கிறான் கில்காமேஷ்.

உட்நா வெள்ளம் எவ்வாறு தோற்றுவிக்கப்பட்டது மரக்கலம் எவ்வாறு கட்டப்பெற்றது கடவுள் தன்னை எவ்வாறு காப்பாற்றி னார் என்பதை கிர்காமேஷுக்கு விளக்கிக் கூறினான். மெசபத்தோமியக் கதையில் வரும் அனைத்து நிகழ்வுகளும் சுமேரிய இலக்கியத்தில் காணப்படுகின்றன.

கில்காமேஷ் பெயரும் அவனுடைய மற்றொரு பெயரான சேய் சூத்ரா என்ற பெயரும் சுமேரிய இலக்கியத்தில் காணப்படுகின்றன.

கருப்பாக் என்ற நகரில் வாழ்ந்து வந்த சேய் சூத்ரா தில்மண் என்ற கதிரவன் தோன்றும் நாட்டில் வாழ்ந்ததாக சுமேரியம் கூறுகிறது.

மெசபத் தோமியாவின் தென்பகுதியான பாபிலோனில் குடியேறி யவர்களாக சுமேரியர் கருதப்படுகின்றனர். இவர்கள் பாரசீக வளைகுடா வழியே வந்து பாபிலோனை வென்று அங்கு நிலையான ஆட்சியை ஏற்படுத்தியவர்கள்.

ஆரிய சமயத்திலும் மிகப் பெரிய ஜலம்பிரளயம் ஏற்பட்டது குறித்து கதைகள் கூறப்படுகின்றன. மனு என்பவன உலகின் முதல் மாந்தன் என்று புராணங்கள் கூறுகின்றன.

மனுஸ்மிருதி என்ற நூல் மனு என்பவனால் எழுதப்பட்டதாக கூறுவர். அந்நூலில் பதினான்கு வேறுபட்ட மனிதர்களை மனு என்ற பெயரில் அழைத்ததாகக் குறிப்பிட்டுள்ளது.

இவ்வுலகில் தோன்றிய முதல் மனுவைச் சுயம்பு என்று கூறி அவன் யாராலும் படைக்கப்படாமல் தன்னிலே தோன்றியவன் என்று விளக்கப்பட்டுள்ளது.

அவனிடமிருந்து தோன்றியவர்களை மனு ஜாதி மக்கள் என்றும் கூறுவர். ஏழாவது மனுவே வெள்ளத்தோடு தொடர்புடையவ னாவான். இவனே இரண்டாவது உலகத்தின் உயிரினத் தோற்றத் துக்கு உரியவனாவான். இந்த மனுவை சமஸ்கிருத ஆய்வாளர்கள் விவிலியத்தின் நோவா என்பவனுடன் ஒப்பிடுகின்றனர்.

இந்த மனு ரிக்வேத ஆசிரியர்களில் ஒருவன் என்றும் கூறுப்படுகின் றான். சூரியனுக்கு யமன் மற்றும் மனு இருவரும் பிள்ளைகளாவர்.

இவனை வைவஸ்தா என்று அழைத்தனர். அயோத்தியை உருவாக்கிய முதல் மன்னன் இவனே.

வைவஸ்வதன் குலம்தான் சூரியகுலம் என்று கூறப்படுகிறது. இராமன் இம்மரபில் தோன்றியவனே.

ஏழாவது மனுவாகிய வைவஸ்வதன் காட்டில் தவமிருந்து வந்தான். ஒரு நாள் காலையில் உணவுண்ட பின் கை கழுவ பக்கதிலிருந்த ஆற்றுக்கு சென்றான்.

இரு கைகளாலும் நீரை அள்ளிய போது ஒரு மீன் குஞ்சு அந்நீரில் இருந்தது. அதனை மீண்டும் நீரில் விட்டுவிட எண்ணிய போது அம்மீன் பேசியது.

தன்னை எடுத்துச் சென்று வளர்க்குமாறு கேட்டுக் கொண்டது. அவ்வாறு வளர்த்து காப்பாற்றினால் எதிர்காலத்தில் உலகம் வெள்ளத்தால் அழிக்கப்படும் போது மனுவைக் காப்பதாக உறுதி கூறியது.

மனுவும் அம்மீனை தன் குடிலுக்கு எடுத்து வந்து ஒரு குடத்திலிட்டு வளர்த்து வந்தான். அது நாளும் வளர்ந்து பெரிய மீனாக வளர்ந்தது.

அதன் வளர்ச்சிக்கேற்றவாறு குளம், ஏரி, ஆறு, கடல் என்றவாறு விட்டு வளர்த்து வந்தான்.

சில ஆண்டுகளில் மலையைப் போன்ற உருவத்துடன் அம்மீன் காணப்பட்டது. ஒரு நாள் மீன் அவனைப் பார்த்து கூறியது.

இந்த உலகைப் பெருவெள்ளம் ஒன்று அழிக்கப் போகின்றது. ஒரு பெரிய மரக்கலத்தை செய்து கொள். அம்மரக்கலத்தில் உலகத்தி லுள்ள ஜீவராசிகளையெல்லாம் ஏற்றிக்கொள்.

வெள்ளம் தோன்றும் காலத்தில் ஒரு வலிமையான கயிற்றால் மரக் கலத்தை பிணைத்து அதன் மறு நுனியை எனது மூக்கில் கட்டிவிடு. வெள்ளக்காலம் முழுவதும் உன்னையும், ஜீவராசிகளையும் நான் காத்து வருவேன். வெள்ளம் வடிந்தவுடன் நீ வெளியேறி விடலாம்.

மீன் கூறியபடியே மனு பெரிய மரக்கலம் ஒன்றைக் கட்டிக் கொண்டான். ஒரு நாளில் வெள்ளம் சூழ்ந்த போது மீன் குறிப்பிட்டவாறே உலகின் உயிரினங்களை அம்மரக்கலத்தில் ஏற்றிக் கொண்டான்.

மரக்கலத்தை கட்டியிருந்த கயிற்றை தனது மூக்கின் எலும்பால் பற்றிக் கொண்ட மீன் வெள்ளம் வடியுமட்டும் மரக்கலத்தை காத்து

வந்தது. வெள்ளம் வடிந்து விட்டதா என்பதை அறிய பறவை யொன்றை மனு அனுப்பி பார்த்தான். அது மீண்டும் வராததால் வெள்ளம் வடிந்து விட்டதை அறிந்து மரக்கலத்திலிருந்து இறங்கினான்.

உயிரினங்களையும் இறக்கி விட்டான். மீனுக்கு நன்றி செலுத்தினான். அந்த மீன் மகாவிஷ்ணு என்றும் பிரம்மா என்றும் புராணங்கள் கூறுகின்றன.

சித்தர் புராணங்களிலும் மகா பிரளயம் குறித்த செய்திகள் பதிவு செய்யப்பட்டுள்ளன.

❏

9. ஆரிய திராவிட போராட்டம்

வேத காலத்தில் தொடங்கிய ஆரிய - திராவிட போராட்டம் வேறு வடிவங்களில், இப்போது அந்தக்களம் கூர்மையடைந்து வருகிறது.

'வர்ணாஸ்ரமம்' 'சனாதனம்' என்பவற்றுக்கு மாற்றாக ஆன்மீகம், தேசீயம், தேசபக்தி என்று பேசிக் கொண்டு இன எதிரிகள் இன்று களத்தில் நிற்கிறார்கள். ஒற்றை இந்தியா என்ற பார்ப்பன சாம்ராஜ்யம் நோக்கி நாட்டை இழுத்துச் செல்கிறார்கள்.

அதிகாரத்தை ஒட்டு மொத்தமாக கைப்பற்றி, அரசு நிறுவனங்கள் அனைத்தையும் முறைகேடாகப் பயன்படுத்தி பார்ப்பனீய ஆட்சியை கேடாகப் பயன்படுத்தி பார்ப்பனீய ஆட்சியை உருவாக்கிட இவர்களுக்கு இப்போது ஆன்மீகமும் எதிர்ப்பும் கட்டாயத் தேவையாகி விட்டது!

'பெரியார் மண்ணில்' 'திராவிட ஆன்மீகம்' தோற்றுப்போய் விட்டது என்று பரப்புரை செய்து வருகிறார்கள்.

ஆன்மீகம் என்பது ஒவ்வொரு மனிதரும் தனக்குள் உருவாக்கிக் கொள்ளும் ஒரு சிந்தனைப் போக்கு. அது வழிபாடுகளிலும், சடங்குகளிலும் இல்லை. ஆனால் ஆன்மீகம் என்பதை பார்ப்பனீயம் தனக்கான முகமூடிக் கவசமாக்கிக் கொண்டு தன்னை உயர்ப்பிக்கத் துடிக்கிறது.

வைதீக வேத மரபில் தன்னை அடையாளப்படுத்திக் கொண்ட பார்ப்பனர்கள், யாகங்கள், சடங்குகளை, உயிர்ப்பலிகளை கேள்வி கேட்ட திராவிடர்களை அழித்தொழிக்க வரலாறு நெடுக சூழ்ச்சி களையும், படுகொலைகளையும் நிகழ்த்தியுள்ளனர்.

இந்து மதத்தோடு தொடர்பே இல்லாத பௌத்தம், சைவம், சமணம், வைணவம் உள்ளிட்ட அனைத்து மதப் பிரிவுகளையும் இந்து மதம் என்ற குடுவைக்குள் திணித்து அதற்கு சட்டப் பாதுகாப்புகளையும் தேடிக் கொண்டனர்.

இதனை எதிர்த்து வைதீக சமூகக் கொடுமைகளை கேள்விக்கு உட்படுத்தியவர்களின் அடையாளங்களை அழித்ததோடு ஊடுருவி சீர் குலைத்து தங்கள் ஆதிக்கத்தை நிலைநிறுத்திக் கொண்டவர்கள் தான் இப்போது 'ஆன்மீகம்' என்ற போர்வைக்குள் பதுங்கி நிற்கிறார்கள்.

திராவிட இயக்கம் வலியுறுத்திய இடஒதுக்கீடு உரிமையை இவர் களும் இன்று பேசத் தொடங்கி விட்டார்கள். பெரியார் வலியுறுத்திய மொழி உணர்வை இவர்களும் பேச வேண்டிய கட்டாயத்துக்கு தள்ளப்பட்டிருக்கிறார்கள்.

சாஸ்திரங்களால் மறுக்கப்பட்ட பெண் கல்வி உரிமையை இப்போது இவர்களால் நியாயப்படுத்த பெண்களுக்கு படிப்பு எதற்கு என்று கேட்க முடியுமா?

பெரியாரின் கடவுள் - மத மறுப்பின் அடிப்படை என்ன?

சமத்துவத்தின் தடைக்கல்லாக அவை குறுக்கே நிற்பதால் எழுந்த எதிர்ப்பு தானே அது! எனவே இன்று உரிமைகளில் குறுக்கிட முடியாது என்ற நிலை வந்து விட்டதற்கு யார் காரணம்? பெரியாரின் வெற்றிதானே!

அனைவரும் அர்ச்சகர்கள் ஆகலாம் என்ற திராவிட முரசறிவிப்பை தடுக்க வேறு வழியின்றி பிராமணியம் ஆகமம் என்ற கேடயத்தை தானே இன்று பயன்படுத்தும் நிலை வந்துவிட்டது.

களப்பிரர்களின் காலத்திலேயே 'திரமிள சங்கம்' (திராவிட சங்கம்) என்ற ஒன்று தொடங்கப்படுகின்றது. அதுவே திராவிடம் என வழங்கப் பெற்றது.

ஆதிசங்கரர் தமிழில் தேவாரங்கள் பாடி வழிபட்டமைக்காக 'திராவிடசிசு' என திருஞானசம்பந்தரை அழைக்கின்றார்.

அதே போன்று ஆழ்வார்கள் ஆக்கிய நாலாயிர திவ்விய பிரபந்தம் என்கிற நூல் 'திராவிட வேதம்' என அழைக்கப்படுகிறது.

பின்னரான காலப்பகுதியில் 1891ம் ஆண்டின் மக்கள் தொகை கணக்கு, பிராமணர், மராட்டியர் தவிர்த்து சென்னை மாகாணத்து மக்கள் முற்றிலும் திராவிடர்கள் என மக்கள் தொகை கணக்கெடுப்புப் பதிவில் (Census of India, 1891, Madras Report) இடம் பெற்றுள்ளது.

அயோத்திதாசப் பண்டிதரும், பின்னர் பெரியாரும் 'திராவிடம்' என்ற தன்மானப் போரினை மேற்கொண்டனர்.

திராவிடம் என்பது திசைச் சொல்லாக மட்டும் இருந்த முந்தைய காலத்தில், அதாவது அச்சொல் உருவான காலத்தில் இங்கே தமிழ் நிலம் தமிழ்நிலமாக மட்டுமே இருந்தது.

ஆனால், பிற்காலத்தில் வடமொழிக் கலப்பால் தமிழ் மொழியி லிருந்து கன்னடம், தெலுங்கு, துளு, மலையாளம் எனப் பல மொழிகள் பிரிந்த பொழுது தமிழ் இனமும் பல்வேறு மொழியினங் களாகப் பிரிந்து விட்டது.

இதனால் தமிழ் எனும் ஒற்றை மொழி பல்வேறு மொழிகளின் தாய்மொழியாக மாறியது. அதனால் திராவிடம் எனும் சொல்லும் தமிழை மட்டும் குறிக்கும் திசைச் சொல் எனும் நிலையிலிருந்து, தமிழ்மொழியிலிருந்து பிரிந்த மற்ற மொழிகளையும், தமிழ் மொழி யையும் சேர்த்துக் குறிக்கிற, இந்த மொழிக் குடும்பத்தின் பெயர்ச் சொல்லாக மாறிவிட்டது.

ஆக திராவிடம் என்பது வெறும் திசைச் சொல் இல்லை. அஃது இப்பொழுது இந்த மொழிக் குடும்பத்தின் பெயர். தமிழினம் என்பது நம் இனத்தை மட்டுமே தனிப்படக் குறிக்கும் பெயர் போலவே, திராவிடம் என்பது தமிழையும் அதன் இன்ன பிற குழந்தைகளையும் சேர்த்து குறிக்கும் இனக் குழுவின் பெயர்.

இனத்தைக் குறிக்க தனிப்பெயரும், குறிப்பிட்ட இனத்தை முன்னிறுத்த அதற்கான அரசியலும் எப்படி இன்றியமையாத தேவையோ அதேபோல இனக் குழுவுக்கான தனிப்பெயரும் இனக் குழு அரசியலும் கூட கட்டாயத் தேவையே!

பெரும்பாலும் தென்னாசியாவில் பேசப்படும் 86 மொழிகளை உள்ளடக்கிய ஒரு மொழிக் குடும்பமே திராவிட மொழியாகும்.

இம்மொழிகளை 215 மில்லியனுக்கும் அதிகமான மக்கள் பேசு கின்றனர். இவை தெற்கு தென்மத்தி, வடக்கு என நான்கு குழுக் களாகப் பிரிக்கப்படுகின்றன.

இவற்றில் தமிழ், தெலுங்கு, கன்னடம், மலையாளம் ஆகியன இந்திய அரசியலமைப்பு சட்டத்தால் அங்கீகரிக்கப்பட்டுள்ளன. இந்நான்கு மொழிகளும் முறையே தமிழ்நாடு, ஆந்திரப் பிரதேசம், கர்நாடகம், கேரளம் ஆகிய மாநிலங்களின் அலுவல் மொழிகளாகத் திகழ்கின்றன.

தென்னிந்திய மொழிகள் பற்றி ஆராய்ந்து 'திராவிட அல்லது தென்னிந்திய மொழிக் குடும்பத்தின் ஓர் ஒப்பிலக்கணம்' என்ற நூலை 1856ல் எழுதிய இராபர்ட்டு கால்டுவெல், இந்த நான்கு மொழிகளுடன் தென்னிந்தியாவிலிருந்து வேறு சில மொழிகளை யும் சேர்த்து அவற்றைச் சுட்டுவதற்காகத் 'திராவிட' என்ற சொல்லை உருவாக்கினார்.

பின்னர் வந்த ஆய்வாளர்கள், திராவிட மொழிகளைச் சேர்ந்த மேலும் சில மொழிகள் மத்திய இந்தியா, வட இந்தியா, பாகிஸ்தானிலுள்ள பலூசிஸ்தான், நேபாளம் ஆகிய இடங்களில வழங்கி வருவதை எடுத்துக்காட்டினர்.

ஆரியர்கள் இந்தியாவுக்குள் நுழையுமுன் இந்தியா முழுவதும் திராவிட மொழிகள் வழங்கி வந்தன என்பது பல ஆய்வாளர்களது கருத்து.

திராவிட மொழிகளில் இருந்து இந்திய ஆரிய மொழிகளுக்குச் சென்றிருக்கும் மொழிகளின் வரலாற்றுச் சான்றுகள் எதுவும் கிடைக்கவில்லை.

சரஸ்வதி - சிந்து பள்ளத்தாக்குகளில் வளர்ச்சி பெற்ற நாகரீகமும், திராவிட நாகரீகமே என்ற கருத்தும் பல முன்னணி ஆய்வாளர்களில் முன் வைக்கப்பட்டுள்ளது.

ஹரப்பா, மொகஞ்சோதரா முதலிய சிந்துவெளிப் பள்ளத்தாக்கு களில் கண்டுபிடிக்கப்பட்ட இன்னும் வாசிக்கப்படாத எழுத்துக் களும், அக்காலத்தில் வழங்கிய திராவிட மொழிக்கானவையே என்பதும் அவர்கள் கருத்து. ஆனால் பல ஆய்வாளர்கள் இன்னும் அக்கருத்தை மறுத்து வருகிறார்கள்.

திராவிட மொழிகள் இந்திய துணைக்கண்டத்தில் அவற்றின் புவியியற் பரப்பளவைக் கருத்திற் கொண்டு ஐந்து பெரும் பிரிவு களாக பிரிக்கப்பட்டுள்ளன. அவை

1. தென் திராவிடம் 2. தென் நடுத்திராவிடம் 2. நடுத்திராவிடம் 4. வட திராவிடம் 5. வகைப்படுத்தப்படாதவை.

இவற்றுள் தென் திராவிடப் பிரிவில் 34 மொழிகளும், தென் நடுத் திராவிடத்தில் 21 மொழிகளும், நடுத்திராவிடப் பிரிவில் 5 மொழி களும், வடதிராவிடப் பிரிவில் 5 மொழிகளும், வகைப்படுத்தப் படாதவையாக 8 மொழிகளுமாக மொத்தம் 73 மொழிகள் கண்டறியப்பட்டுள்ளன.

10. திராவிட மொழிகள் பேசும் மக்கள்

தமிழ், தெலுங்கு, மலையாளம், கன்னடம் ஆகிய நான்கு திராவிடப் பெருமொழிகளாகும். தமிழையும் அதன் கிளை மொழிகளான மலையாளம், தெலுங்கு, கன்னடம் ஆகிய தென்னிந்திய மொழிகளையும் ஒரு காலத்தில் தமிளியன் அல்லது தமுலிக் என்று வழங்கினர்.

தமிழ் பேசும் மக்கள் பரவலாக இருக்கும் பகுதிகள் :

தமிழ்நாடு, புதுச்சேரி, (காரைக்கால்) ஆந்திரப் பிரதேசம் (சித்தூர், நெல்லூர் பகுதிகள்) கர்நாடகம் (பெங்களூர், கோலார்) கேரளம் (பாலக்காடு, இடுக்கி) அந்தமான் நிக்கோபார் தீவுகள், ஹாங்காங், சீனா, இலங்கை, சிங்கப்பூர், மலேசியா, சவுதி அரேபியா, குவைத், ஓமன், கம்போடியா, தாய்லாந்து, மொரிசியஸ், சீசெல்சு, ஆஸ்திரேலியா, தென்னாப்பிரிக்கா, ஜெர்மனி, கனடா, அமெரிக்க ஐக்கிய நாடு, ஐக்கிய ராஜ்யம், ஐக்கிய அரபு, அமிரகம், மியான்மர், ரீயூனியன், தென்னாப்பிரிக்கா.

கன்னடம் மொழி பேசும் மக்கள் பரவலாக இருக்கும் பகுதிகள் :

கர்நாடகம், கேரளா (காசர்கோடு மாவட்டம்) மகாராட்டிரம் (சோலாப்பூர் மாவட்டம், சாங்கலி, மிராச்சு, லாத்தூர்) தமிழ்நாடு (சேலம், உதகமண்டலம், சென்னை) ஆந்திரப்பிரதேசம் (அனந்தபூர், கர்னூல்) தெலுங்கானா (ஐதராபாத், மேதக், மகபூப் நகர்) லட்சத் தீவுகள், தெற்கு கன்னடம் மாவட்டம், குடகு மாவட்டம் (கர்நாடகம்) கோயம்புத்தூர், நீலகிரி, கன்னியாகுமரி, ஐக்கிய அரபு அமீரகம், அமெரிக்க ஐக்கிய நாடு, சவுதி அரேபியா, குவைத், ஓமான், ஐக்கிய ராச்சியம், கத்தார், பக்ரைன்.

துளுவம் பேசும் மக்கள் பரவலாக இருக்கும் பகுதி :

கர்நாடகம் (தெற்கு கன்னடம் மாவட்டம், கேரளம் (காசர் கோடு மாவட்டம்)

பியரிமொழி பேசும் பகுதி :

கர்நாடகம் (தெற்கு கன்னடம் மாவட்டம்) கேரளம் காசர் கோடு மாவட்டம்)

படுகமொழி - தமிழ்நாடு (நீலகிரி மாவட்டம்)

குடகு மொழி - கர்நாடகம் (குடகு மாவட்டம்)

குறும்பா மொழி - தமிழ்நாடு (நீலகிரி) கேரளம்

காணிக்காரார் மொழி - தமிழ்நாடு (நீலகிரி) கேரளம்

கொற்ற கொரகள் - கர்நாடகம் (தெற்கு கன்னடம் மாவட்டம்)

இருளா - தமிழ்நாடு (நீலகிரி)

தோடா - தமிழ்நாடு (நீலகிரி)

கோத்தர் - தமிழ்நாடு (நீலகிரி)

அல்லர் - கேரளம்

தெலுங்கு - ஆந்திரப் பிரதேசம் தெலுங்கானா ஏனாம் மாவட்டம் புதுச்சேரி அந்தமான் நிக்கோபார் தீவுகள் தமிழ்நாடு.

கோண்டி - மத்தியப் பிரதேசம், மகாராட்டிரம்

சத்திஸர்கள் - தெலுங்கானா, ஒடிசா

முரியா - சத்தீஸ்கர், மகாராட்டிரம், ஒடிசா

கூய் - ஒடிசா

மாரியா - சத்தீஸ்கர், தெலுங்கானா மகாராட்டிரம்

குவி - ஒடிசா

பெங்கோ - ஒடிசா

கோயா - ஆந்திரப் பிரதேசம், தெலுங்கானா, சத்தீஸ்கர்

பர்தான் - தெலுங்கானா, சத்தீஸ்கர், மகாராட்டிரம், மத்தியப் பிரதேசம்

செஞ்சு - ஆந்திரப் பிரதேசம், தெலுங்கானா

கொண்டா - ஆந்திரப் பிரதேசம், ஒடிசா

நாகார்ச்சால் - மத்தியப் பிரதேசம், சத்தீஸ்கர், மகாராட்டிரம்

மண்டா - ஒடிசா

கொலாமி - தெலுங்கானா, மகாராட்டிரம்

துருவா - சத்தீஸ்கர்

ஒல்லாரி - ஆந்திரப் பிரதேசம்

நைக்கி - ஆந்திரப் பிரதேசம்

புராகுயா - பலுசிஸ்தான்

குடக்கு - சத்தீஸ்கர், ஜார்கண்ட், ஒடிசா, மேற்கு வங்காளம்

சவ்ரியா - பீகார், ஜார்கண்ட், மேற்கு வங்காளம்

குமார்பிக் பகரியா - ஜார்கண்ட், மேற்கு வங்காளம்

❒

11. ஆன்மீக அரசியலில் மொழியின் ஆளுமை!

ஆன்மீகம் என்பது தனிமனித வாழ்வோடு தொடர்புடையது. ஆன்மீக முயற்சிக்காக தனி மனிதர்கள் செய்யும் எந்தச் செயலையும் பெரியார் தடுக்கவில்லை. ஆன்மீகத்தின் பெயரால் பொது வெளியில் நடக்கும் மோசடிகளையே எதிர்த்தார்.

தமிழ்நாட்டின் ஆன்மீக வழிக்காட்டியாக இன்றும் எல்லோராலும் போற்றப்படுபவர் வள்ளலார். அவர் எழுதிய ஆறாம் திருமுறையை முதன் முதலில் பதிப்பித்தவர் பெரியார்.

இன்றைக்கும் பெரியாரின் நூல்களை பதிப்பித்து வெளியிடும் நிறுவனங்கள் யாவும் வள்ளலாரின் ஆறாம் திருமுறையையும் பதிப்பித்து வெளியிட்டு வருகின்றன.

கேரளாவில் வைக்கம் பகுதியில் ஈழவ மக்கள் கோயில் தெருவில் நடக்கக் கூடாது என்ற நிலையை எதிர்த்துப் போராடிய ஆன்மீக பெரியவர் நாராயண குருவுக்குப் பின் வைக்கம் போராட்டம் நடத்தியவர் தந்தை பெரியார். அதனால் தான் அவரை வைக்கம் வீரர் என்று அழைக்கிறார்கள்.

பல்வேறு ஆய்வுகளின் வாயிலாக உலகிலேயே மூத்த மொழி என்று தமிழ்மொழியை அறிவித்த போதிலும் தமிழ் வழிபாட்டிற்கு எதிராக சிதம்பரம் நடராஜர் கோவிலில் ஓதுவார் ஆறுமுகசாமி திருவாசகம் பாடுவதற்கு பார்ப்பனர்கள் பல்வேறு எதிர்ப்புகளைத் தெரிவித்து போராட்டம் செய்தனர்.

பௌத்த நெறி தொடங்கி வள்ளலார் ஈராக ஒளி பொருந்திய ஆன்மீக வாழ்வுக்கு விளக்கமாகவும் பொருளாகவும் வாழ்ந்து காட்டிய சான்றாண்மை மிக்கவர் தந்தை பெரியார்.

கடவுள் நம்பிக்கை அடிப்படையில் பெரியாரின் கொள்கைகளை சுருக்கி விட துடித்துக் கொண்டிருக்கிறார்கள் பாரதிய ஜனதா உள்ளிட்ட சங்பரிவார அமைப்புகள். ஆனால், முற்போக்கு சிந்தனை கொண்ட தமிழ் சமூகம் என்றுமே மதவாதத்துக்கு எதிரான பூமியாகத்தான் இருந்து வருகிறது.

தீண்டாமை பெருங்குற்றம் என்று இந்திய அரசியல் அமைப்புச் சட்டம் குறிப்பிட்டாலும் மரபு என்ற பெயரில் கோவில்களில் சாதியத் தீண்டாமை கடைப்பிடிக்க வேண்டும் என்கிறது பார்ப்பனீயம் - நந்தனாருக்கு கோயில் நுழைவு மறுக்கப்பட்டது வரலாறு.

இந்து மனுதர்மம் படி உயர்ந்த இடத்தில் வைத்துப் போற்றப் படக் கூடியவர்களாக பிராமணர்களே என்றென்றும் இருக்க வேண்டும் என எதிர்பார்க்கிறார்கள்.

மனுதர்மம் போதிக்கும் குலக்கல்வித் திட்டம் நடைமுறைப் படுத்தப்பட வேண்டும் என்று துடியாய் துடிக்கிறார்கள்.

காமராஜர் உள்ளிட்ட பெரும் தலைவர்கள் எதிர்த்த போதும் 6000 பள்ளிகளை மூடிவிட்டு குலக்கல்வித் திட்டத்தை கொண்டு வந்தார் பார்ப்பனரான இராஜாஜி.

கழுவில் ஏற்றிக் கொன்ற காலம் தொடங்கி துப்பாக்கியால் கொலை செய்யும் காலம் வரை வேற்று சமய நம்பிக்கையாளர்களை கொலை செய்வது தொடர்கிறது.

இந்தியாவில் வேரூன்றியிருந்த சித்தாந்தங்களையெல்லாம் அழித்தொழித்த, மனித குலத்திற்கு எதிரான வேதாந்தத்தை தர்மம் என்பதும் அந்த தர்மத்தை காக்க வெறி கொண்டு எழுவதும் அதற்கு ஆன்மீகம் என்று பெயர் சூட்டிக் கொள்வதும் தமிழர்களால் என்றென்றும் ஏற்றுக் கொள்ளப்படாது.

மனு நீதி வாழ்க்கை முறையிலிருந்து முற்றிலும் அகற்றப்பட்டே வந்திருக்கிறது. ஏனென்றால் இது பெரியாரிடம் போற்றும் சமூக நீதிக்கான மண்.

சமூக நீதிக்கு எதிரான கூட்டத்தினர் சமய சீர்திருத்த வாதிகளை அழிப்பதற்கு விடாமல் துரத்திக் கொண்டிருக்கிறார்கள். வள்ளலார், அய்யா வைகுண்டர், நாராயணகுரு போன்ற ஆன்மீக வாதிகளின் சமயசீர்த்திருத்தங்கள் மண்ணில் நிலைபெறா வண்ணம் மக்களைத் தசை திருப்பும் வேலைகளை தொடர்ந்து செய்து கொண்டிருக் கிறார்கள்.

உலகத்தின் பொதுமறையான திருக்குறளைப் பரப்புவதற்காக முதன் முதலில் திருக்குறள் மாநாடுகளை நடத்தியவர் தந்தை பெரியார். திருக்குறளில் கடவுள் வாழ்த்து என்ற அதிகாரத்தை பெரியார் மறுத்தது இல்லை.

தமிழகத்தின் ஆன்மீக விடிவெள்ளியான வள்ளலாரைப் போற்றிய, உலகத்திற்கே நீதியை வழங்கிய திருக்குறளைப் பட்டி தொட்டி யெல்லாம் பரப்பிய குன்றக்குடி அடிகளார் தொடங்கி ஆன்மீக பெரியவர்களோடு நட்பு பாராட்டிய தந்தை பெரியார் எந்த ஆன்மீகத்தை எதிர்த்தார்?

உயர்வு தாழ்வு கற்பிக்கும் பூணூல் பண்பாடு தமிழர்களை இழிவு படுத்தும் சமஸ்கிருத மந்திரங்கள் பெண்களை இழிவுபடுத்தும் இந்து மத நம்பிக்கைகள் சாதியின் பெயரால் ஆலயம் நுழைவதைத் தடுக்கும் மனுதர்மம், மனிதகுல இழிவைக் கொண்டாடும் மூடத்தன மான சமயச்சடங்குகள், வள்ளலாரின் திருமுறையை கேலி பேசிய சங்கர மடத்தின் அரசியல் தந்திரங்கள், வர்ணச் சிந்தனையோடு இராஜாஜியால் கொண்டு வரப்பட்ட குலக்கல்வித் திட்டம்.

இவைகளைத் தான் தந்தை பெரியார் தொடர்ந்து எதிர்த்து வந்துள்ளார்.

கடவுள் நம்பிக்கையற்ற தந்தை பெரியார் தனது வாழ்நாளில் தனது இயக்கத் தொண்டர்களை கரசேவர்களாகப் பயன்படுத்தி எந்த சமய கோயில்களையும் இடிக்கவில்லை என்பது வரலாறு ஒலிக்கும் உண்மை!

'பக்தி என்பது தனியுடைமை, ஒழுக்கம் என்பது பொது உடைமை' என்று கூறியவர் பெரியார்.

தான் பொது வாழ்வுக்கு வருவதற்கு முன்னர் பல்வேறு கோவில்களில் அறங்காவலராக இருந்து முறையாக கணக்குகளை வைத்திருந்தவர் தந்தை பெரியார்.

எந்த சூழ்நிலையிலும் ஒவ்வொரு தனிமனிதர்களின் விடுதலை யுணர்வைப் பெரிதும் மதித்தவர் பெரியார்.

குறிப்பாக அனைத்து சாதியினரும் கோவிலுக்குள் செல்ல வேண்டும் என்றும், குறிப்பாக வடமாநிலங்களில் உள்ளத்தைப் போல கருவறை வரை யாரும் செல்வதற்கு அனுமதிக்க வேண்டும் என்று போர்க்குரல் கொடுத்தவர்.

தற்போது கேரளாவில் அனைத்து சாதியினரையும் அர்ச்சகராக்க சட்டம் இயற்றிட அடித்தளம் இட்டவர் பெரியாரே.

ஒவ்வொரு மனிதனின் ஆன்மீக வாழ்விற்கு தொடக்கமாக ஆலயங்கள் இருக்கிறது என்கிறார்கள் சமயவாதிகள். அப்படிப் பட்ட ஆலயங்கள் தொடங்கி அங்கு ஒலிக்கப்படும் மந்திரங்கள் வரை சாமானிய மக்களிடம் கொண்டு சென்றவர் தந்தை பெரியார்.

தனக்கு கடவுள் நம்பிக்கை இல்லை என்றாலும் பொதுவெளியில் மக்களின் நம்பிக்கைகளுக்கு மதிப்பளித்தவர்.

இந்து மதத்தின் ஆன்மீக வாழ்வுக்கு பெரிதும் இடையூறாக இருந்த சாதிய ஏற்றத்தாழ்வுகளை எதிர்த்தவர்.

தமிழ்நாட்டின் கோவில்களில் தமிழ் மொழியும், தமிழ் மக்களும் புறக்கணிக்கப்படுவதை கடுமையாக சாடி வந்தார் பெரியார்.

மக்களுக்குப் புரியாத மொழிகளில் மந்திரங்களைச் சொல்லி மக்களின் ஆன்மீக உணர்வை கேலி செய்த பார்ப்பனீயத்தை தன் வாழ்நாள் முழுவதும் எதிர்த்தவர் பெரியார்.

சொல்லிய பாட்டின் பொருள் உணர்ந்து சொல்லுவார் செல்வர் சிவபுரத்து உள்ளார் என்கிறார் மாணிக்கவாசகர்.

தனக்கு கடவுள் நம்பிக்கை இல்லையென்றாலும் கடவுள் நம்பிக்கை கொண்ட திரு.வி.க, தவத்திரு குன்றக்குடி அடிகளார், தனித்தமிழ் இயக்க காவலர் மறைமலை அடிகள், போன்றவர்களிடம் அன்பு பாராட்டியவர் பெரியார்.

அவர்கள் தனது இல்லத்திற்கு வரும் போதெல்லாம் கடவுள் நம்பிக்கையோடு அன்றாட பூசைகளைத் தனது இல்லத்திலேயே செய்வதற்கு அனுமதித்தவர் மனித நேயம் மிக்க மனிதராக தனது வாழ்நாள் முழுவதும் வாழ்ந்து காட்டியவர் பெரியார்.

ஆன்மீக வளர்ச்சியில் பெண்களின் பங்கு மிகப்பெரியது என்று கூறிக் கொண்டாலும் பெண் கல்விக்கு முட்டுக்கட்டையாக இருந்தது இந்து மதத்திற்குள் ஊடுருவிய பார்ப்பனியம்.

இந்தியாவிலேயே முதல் பெண் மருத்துவரை உருவாக்கிய பெருமை தமிழ்நாட்டிற்குரியது. அதை தனது வாழ்நாளுக்குள் நடத்திய பெருமை தந்தைப் பெரியாரையே சேரும்.

பெண் விடுலைக்காக போராடியதாலேயே அவருக்கு 'தந்தை பெரியார்' என்ற பட்டம் பெண்கள் மாநாட்டில் கொடுக்கப் பட்டது.

❐

12. தமிழ்மொழியின் காலப் பரவல்

தமிழ்மொழியின் தொன்மையும் வளர்ச்சியும், காலப்பரவலும் பின்வருமாறு வகைப்படுத்தப்படுகின்றது.

1. குமரிக்கண்டத் தொல் பழந்தமிழ் - 30000 ஆண்டுகளுக்கு முன்
2. தமிழ்ச் சித்திர எழுத்துக்கள் - கி.மு 30000 - 15000
3. குமரிக்கண்டத் தமிழ் - கி.மு. 30000 - 15000
4. சங்க காலத்துக்கு முந்தைய தமிழ் (பிராகிருதம்) - கி.மு. 15000 - 7000
5. தமிழ்ச் சித்திர எழுத்துக்கள் (திருந்திய வடிவம்) - கி.மு. 15000 - 10000
6. முதல், இடைச்சங்க காலத்தமிழ் - கி.மு. 7000 - 1000 (பாலி)
7. அசை எழுத்துக்கள் எகிப்திய சித்திர எழுத்துக்கள் - கி.மு. 10000 - 7000
8. பிரமி, வட்டெழுத்துக்கள் - கி.மு 5000 - 3000
9. நகரி எழுத்து தோற்றம் - கி.மு 5000க்குப் பின்

10. சிந்துசமவெளி நாகரீக காலத்தமிழ் - கி.மு. 3000
11. ரிக் வேதத்தில் தமிழ் சொற்கள் - கி.மு 1500 - 500
12. தொல்காப்பியத் தமிழ் - கி.மு. 1000 - 500
13. கடைச்சங்க காலத்தமிழ் - கி.மு. 500 - கி.பி 300
14. தமிழ் - துளு (எழுத்தில்லா மொழி) பிரிந்த காலம் - கி.பி. 500
15. தமிழ் - கன்னடம் பிரிந்த காலம் - கி.பி. 500
16. தமிழ் - தெலுங்கு பிரிந்த காலம் - கி.பி. 800
17. இருண்ட காலத்தமிழ் - கி.பி. 300 - 600
18. சமயக் காலத்தமிழ் - கி.பி. 600 - 800
19. ஏகாதிபத்திய காலத்தமிழ் - கி.பி. 800 - 1200
20. கன்னடக் கவிஞர் பசவண்ணா - கி.பி. 12ம் நூற்றாண்டு
21. இடைக்காலத் தமிழ் - கி.பி. 1200 - 1400
22. அந்நிய ஆட்சிக்காலம் - கி.பி 1400 - 1850
23. தமிழ் - மலையாளம் பிரிந்த காலம் - கி.பி. 1500
24. உரிமைக்காலத் தமிழ் - கி.பி. 1947 முதல்
25. கணினித் தமிழ் - கி.பி. 2000 முதல்

தமிழக மக்களின் தொன்மையை பறைசாற்றும், நிலைநாட்டும் ஆதாரபூர்வமான வரலாற்றுக் குறிப்புகள் நம்மிடையே அடுக்கடுக் காக ஏராளம் உள்ளன.

குரங்கிலிருந்து பிரிந்து நிமிர்முதுகுடன் மனிதன் வளர்ச்சியுற்ற காலம் என்பது சுமார் 10 லட்சம் (ஒரு மில்லியன்) ஆண்டுகளுக்கு முன்ன தாகக் கூறப்படுகிறது.

முதல் மனிதன் தோன்றிய இடமாக லெமுரியா கண்டத்தை குறிப்பிடுகிறார்கள்.

கன்னியாகுமரிக்கு தெற்கே ஆப்பிரிக்கக் கண்டத்துடன் இணைந் திருந்த பெரும் நிலப்பகுதி லெமுரியாக் கண்டம். இங்குதான் முதல் மனித இனம் வளர்ச்சியுற்றது.

கடல்கோள் இயற்கைச் சீற்றங்கள் காரணமாக மனிதன் லெமுரியா கண்டத்திலிருந்து உலகின் பிற பகுதிகளுக்கு இடம் பெயரலானான்.

தொல் தமிழகமாகிய குமரிக் கண்டத்தில் குடியேறிய காலம் சுமார் *75000* ஆண்டுகள்.

ஆசியாவில் சிந்து சமவெளி, மெசப்டோமியா, பாபிலோனியா, சீனா ஆகிய இடங்களில் குடியேறிய காலம் *70,000 லிருந்து 56,000* வரையிலான காலம்.

ஐரோப்பாவில் குடியேறிய காலம் கி.மு. *5100 லிருந்து 39,000 வரை* யாகும். இந்தக் கணக்கீடு மரபணுச் சோதனை மூலம் குறிப்பிடப் படும் ஆதாரச் செய்தியாகும்.

இரண்டு லட்சம் ஆண்டுகளுக்கு முந்தைய மனித மண்டை ஓடு உலகிலேயே முதன் முதலாக தமிழகத்தில் தான் கிடைத்துள்ளது. விழுப்புரம் அருகே புதுச்சேரிக்கு தெற்கு இரண்டு கி.மீ தொலைவில் உள்ள பொம்மையாபாளையம் என்னுமிடத்தில் நிகழ்த்திய அகழாய்வில் இம்மண்டையோடு கிடைத்துள்ளது.

கி.மு. *20,000* ஆண்டுகளுக்கு முந்தைய தொல்பொருள்கள் காஞ்சிபுரம் மாவட்டம் தாம்பரம் ஸ்ரீபெரும்புதூர் நெடுஞ்சாலை யில் மாகாணியம் என்னும் ஊரில் குன்றின் அடிவாரத்தில் கிடைத் துள்ளது. முதுமக்கள் தாழி, மண்பாண்ட ஓடுகள், கோடாரிகள், வெட்டுக்கருவிகள், கறண்டிகள் போன்றவை கண்டுபிடிக்கப் பட்டன.

தருமபுரியில் *12,000* ஆண்டுகளுக்கு முந்தைய தொல்பொருட்கள் கண்டெடுக்கப்பட்டுள்ளன. கி.மு.10000க்கும் முந்தைய பண்பாட்டுக் கூறுகளைக் கொண்ட பண்பாட்டு எச்சங்கள், அரிய மணிக்கற் களால் ஆன கருவிகள், தமிழ் - பிராமி எழுத்து பொறித்த பானை ஓடுகள் போன்றவை தருமபுரி மாவட்டத்தில் மயிலாடும் பாறை கூசிக் கூண்டு பாறைக்குகை, சாரணப்பன் கோயிலுச்சி ஆகிய இடங்களில் கண்டெடுக்கப்பட்டுள்ளன.

வேலூர் ஜவ்வாது மலையில் கி.மு. 4000க்கு முந்தைய கற்கால ஆயுதங்கள், கற்கோடாரிகள் கிடைத்துள்ளன. உதகை அருகே இடுஹட்டி கிராமத்தில் காணப்படும் பாறை ஓவியக் குறிப்புகள் சிந்து சமவெளி நாகரீகத்திற்கும் (கி.மு. 3000) முந்தைய எழுத்துக்கள் என கண்டுபிடிக்கப்பட்டுள்ளன.

மண்டையில் துளையிடப்பட்ட மண்டையோடு சிந்து சமவெளியில் ஹரப்பாவில் (கி.மு. 4000) கிடைத்துள்ளது.

வேலூர் குடியாத்தம் அருகே பூங்குளம் மலையல் கி.மு. 4000க்கு முந்தைய ஆதிமக்களின் பாறைக்குடில்கள் 60 கண்டுபிடிக்கப் பட்டுள்ளன. ஜவ்வாது மலையில் பட்டறைக்காடு அருகில் 150 பாறைக்குடில்கள் உள்ளன.

ஆனைமலை அருகே குப்புச்சிப்புத்தூரில் 10 செப்பு வாள்கள் கண்டெடுக்கப்பட்டுள்ளன. இவை சிந்து சமவெளியில் நிலவிய செம்புக் கற்காலம் தென்னிந்தியாவிலும் நிலவியதை உறுதிப்படுத்து கின்றன.

இந்தியாவிலேயே எழுத்துக்கள் பொறித்த சில்லுகள் மிக அதிக அளவில் தமிழகத்தில் மட்டுமே கிடைத்துள்ளன. இது எழுத்தறிவு தமிழகத்தில் பரவலாக இருந்துள்ள என்பதைப் பறை சாற்றுவதாக உள்ளது.

கி.மு. 600 - 400 க்கு இடையே வெளியிடப்பட்ட கிரேக்கப் பொற் காசு கோவையில் கண்டெடுக்கப்பட்டுள்ளது.

இராமநாதபுரம் மாவட்டம் அழகன் குளத்தில் பழந்தமிழ் எழுத்துகள் பொறித்த பானை ஓடுகள் செப்புக் காசுகள், வெள்ளிக் காசுகள், இரும்பு, செம்பு, தங்கத்தாலான பொருட்கள், ரோமானியக் காசுகள் கி.மு. இரண்டாம் நூற்றாண்டைச் சேர்ந்த சங்ககாலப் பாண்டியர் காசு ஆகியவை கண்டெடுக்கப்பட்டுள்ளன.

கரூரில் சங்ககாலப் பாண்டியன் பெருவழுதியின் (கி.மு 200) பெயர் பொறித்த செப்புக்காசு கிடைத்துள்ளது. காசின் முன்புறம் யானை திரிசூலம், அஷ்ட மங்கலச் சின்னங்கள், பொறிக்கப்பட்டுள்ளன. பின்புறம் வேலியிட்ட மரம், மீன் குறியீட்டுச் சின்னம் ஆகியவை உள்ளன. திரிசூலம் சிவபெருமான் வழிபாட்டைக் குறிப்பதாகும்.

திருச்சி மாவட்டம் லால்குடி - காட்டூர் கிராமத்தில் 5 அடி உயரம் 2 டன் எடையுள்ள சிவலிங்கம் ஒன்று கண்டெடுக்கப்பட்டுள்ளது. இது போன்ற லிங்கங்கள் கேரளாவில் சென்னித் தலையிலும் ஆந்திராவில் குடிமல்லம் என்னுமிடத்திலும் கண்டெடுக்கப்பட்டுள்ளன.

இவை கி.பி. 2ஆம் நூற்றாண்டுக்கு முற்பட்டவை. லிங்க வழிபாடு ஆரியர்களுக்கு முன்பாகவே ஆண்குறி வழிபாடாக இருந்து வந்ததை இது உறுதிப்படுத்துகிறது.

4000 ஆண்டுகளுக்கு முற்பட்ட சிந்து சமவெளி ஸ்வஸ்திகா சின்னம் மேற்கு சைபீரியாவில் கஜகஸ்தான் எல்லையில் கண்டுபிடிக்கப் பட்டுள்ளது.

கரூர் மாவட்டம் அமராவதி ஆற்றில் மன்னர் தலை பொறித்த கி.மு 3ஆம் நூற்றாண்டு சதுர வடிவ செழியன் நாணயம் கிடைத்துள்ளது. ஒரு யானை, தொட்டியில் இரண்டு மீன்கள் உள்ளன. நாணயத்தின் ஒரு மூலையில் ஸ்வஸ்திகா சின்னம் உள்ளது.

தேனி மாவட்டம் ஆண்டிப்பட்டி அருகே வைகையாற்றங் கரையில் மயிலாடும் பாறையிலிருந்து 7 கி.மீ தொலைவில் உள்ள அருகவேலி கிராமத்தில் இரண்டு பாறை ஓவியங்கள் கண்டுபிடிக்கப் பட்டுள்ளது.

வெள்ளைக் களிமண் பாறை ஓவியங்கள் இரும்புக்காலம் (கி.மு 1500 - 500) காளை மாடுகள் திமிலுடனும், திமில் இல்லாமலும் மான், மனிதர்களின் உருவங்கள், காட்டுக்கோழி ஒரு மனிதனைச் சுற்றி வட்டமாக வரையப்பட்டுள்ளன.

தமிழகத்தில் 120க்கும் மேற்பட்ட பாறை ஓவியங்கள் உள்ளன.

❑

13. வெடித்துக் கிளம்பிய இந்தி எதிர்ப்புப் போராட்டம்

இந்தி முதன் முதலில் அலுவல் மொழிக்கான தகுதியான மொழியாக மோதிலால் நேரு தலைமையிலான குழு இந்திய அரசாங்கத்திற்கு (பிரித்தானிய அரசாங்கம்) பரிந்துரை செய்தது.

அது முதல் தமிழ்நாட்டில் பல தரப்பட்ட மக்களாலும், அரசியல் தலைவர்களாலும் எதிர்ப்புகள் காட்டப்பட்டன. இதனால் தமிழ் மக்கள் இரண்டாம் தர குடிமக்களாக இந்தி பேசும் வட இந்தியர்களால் தமிழர்கள் வேறுபடுத்திக் காட்டப்பட்டனர்.

1938ல் மதராஸ் இராஜதானியில் காங்கிரஸ் அரசு சி.ராஜ கோபாலச்சாரி தலைமையில் ஆட்சி நடத்தி வந்தது.

தமிழகத்தில் இந்தி பயன்பாட்டை இராஜாஜி முன் மொழிந்து பள்ளிகளில் இந்தியை கட்டாயப்பாடமாக அறிவித்தார்.

தமிழ் ஆன்றோர்கள், தலைவர்கள், புலவர்கள், அரசியல் தலைவர்கள் என அனைத்து தமிழ் பற்றாளர்களும் வெகுண்டு எழுந்தனர். முதலாம் இந்தி எதிர்ப்பு போராட்டமும் வெடித்தது.

இப்போராட்டத்தைக் கட்டுப்படுத்த நூற்றுக்கணக்கானவர்களை இராஜாஜி அரசு கைது செய்தது. தடியடியில் ஈடுபட்டது அவ்வாறு தமிழ் காக்க புறப்பட்டு சிறை சென்றோர்களில ஒருவர் நடராஜன்.

இந்த இளைஞர் தாழ்த்தப்பட்ட சமூகத்தவர். எதிர்ப்பைக் கைவிடாது 1939 ஆம் ஆண்டு ஜனவரி 15 ஆம் தேதி தன் உயிரை நீத்தார் நடராஜன். தமிழுக்காக தன்னுயிரை தியாகம் செய்தார்.

நடராஜனின் இறப்பு இந்தி எதிர்ப்பு போராட்டத்திற்கு புத்துணர்ச்சியை ஊட்டியது. அண்ணாதுரை, பாரதிதாசன் உட்பட பல தமிழறிஞர்கள் இந்தி எதிர்ப்பு இயக்கங்களை நடத்தத் தொடங்கினர்.

காஞ்சிபுரத்தில் 27 பிப்ரவரி 1938ல் நடைபெற்ற முதல் இந்தி எதிர்ப்பு மாநாட்டில் அண்ணாதுரை கலந்து கொண்டார்.

இதற்கிடையில் பிப்ரவரி 13ல் நடந்த போராட்டத்தில் கைதான தாளமுத்து என்ற இன்னொரு தமிழர் மார்ச் 11ல் காலமானார்.

நடராசன்   தாளமுத்து

நடராஜன், தாளமுத்து ஆகிய இருவரின் தியாகங்கள் இந்தி திணிப்பிற்கு எதிராக தமிழர்களின் சக்தியை ஒன்று திரட்டியது. காங்கிரஸ் அரசை அவ்வாண்டு இறுதிக்குள் பதவி விலகவும் செய்தது. பின்னர் பிப்ரவரி 1940ல் மதராஸ் மாகாண ஆளுநர் எர்ஸ்கின் பிரபு கட்டாய இந்திக் கல்வியை விலக்கினார்.

இந்தியா 1950ல் அரசியலமைப்புச் சட்டம் இயற்றப்பட்டதிலிருந்து இந்தியா ஒரு குடியரசு நாடு என்று அறிவிக்கப்பட்டதற்கு பின்னர் இந்திக்கு இந்திய அரசியலமைப்பில் தனி அங்கீகாரம் கிடைத்தது. இந்தியாவின் அலுவலக ஆட்சி மொழியாக 15 ஆண்டிற்குப் பின் 1965ல் அறிவிக்கப்பட்டது.

இந்த அறிவிப்பு தமிழக மாணவர்களிடையே கவலையை ஏற்படுத்தியது. இந்தியாவின் ஆட்சி மொழியாக இந்தி அறிவிக்கப்பட்டது குறித்து அண்ணாதுரை, "இந்தி பொதுமொழியாக ஆக்கப்பட்டது. அது பெரும்பான்மை மக்களால் பேசப்படுவதால், ஏன் புலி மட்டும் தேசிய விலங்காக அறிவிக்கப்பட்டது? உண்மையில் பெரும் பான்மையாக இருப்பது எலிதானே? அல்லது ஏன் மயில் தேசிய பறவையாக அறிவிக்கப்பட்டது? உண்மையில் பெரும்பான்மை பறவை காகம் தானே? தமிழ்மொழி இந்தியாவின் ஆட்சிமொழி யாகும் வரை எனக்கு உண்மையாக திருப்தியே கிடையாது.

இந்திய மொழிகளில் இந்தி மொழியை மட்டும் ஆட்சி மொழியாக வைப்பது இந்தியை தாய்மொழியாகக் கொண்ட நல்ல கால் உடைவர்களுக்கும், இந்தியை தாய்மொழியாக கொள்ளாத ஊனக் கால் உடையவர்களுக்கும் இடையே வைக்கும் ஓட்டப்பந்தயம் போன்றது.

மொழி உணர்வுக்கு மதிப்பு அளிக்கப்படுவது உண்மையாயின், ஒரு மொழி எத்தனை சதவீதத்தினரால் பேசப்படுகிறது என்ற ஆராய்ச்சியே அனாவசியமானது"

தி.மு.க கட்டாய இந்தித் திணிப்பை எதிர்த்து 1960ல் ஆகஸ்டில் சென்னை கோடம்பாக்கத்தில் இந்தி திணிப்பு எதிர்ப்பு மாநாடு அண்ணாதுரை தலைமையில் நடத்தப்பட்டது.

இந்தி திணிப்பிற்கெதிராக கருப்புக்கொடி ஆர்ப்பாட்டம் நடத்துவதென முடிவு செய்யப்பட்டது. இந்தியக் குடியரசுத் தலைவர் வருகையின் போது அவருக்கு எதிராக கருப்புக்கொடி காட்டுவதெனவும் முடிவு செய்யப்பட்டது.

இதன் கிளர்ச்சியையும் இந்தி எதிர்ப்பு உணர்வாளர்களின் எழுச்சியையும் கண்ட பிரதமர் ஜவஹர்லால் நேரு, இந்தி பேசா மக்கள் விரும்பும் வரை ஆங்கிலமே ஆட்சி மொழியாக நீடிக்கும் வண்ணம் இந்திய அரசியலமைப்பில் திருத்தச் சட்டம் மூலம் நிறைவேற்றினார். இதனால் கருப்புக்கொடி ஆர்ப்பாட்டம் கைவிடப்பட்டது.

இந்தத் திருத்தச் சட்டம் கொண்டு வரப்படாவிட்டால் இந்தியாவின் 15வது குடியரசுத் தினத்தை 26 ஜனவரி 1965 துக்க தினமாக அறிவிக்கப் போவதாக அண்ணாதுரை அறிவித்தார். இந்த அறிவிப்பை அன்றைய மதராஸ் மாநில முதலமைச்சரான பக்தவச்சலம் அண்ணாதுரைக்கு கடும் கண்டனத்தையும் தெரிவித்திருந்தார்.

இதன் காரணமாக கருப்புதின அறிவிப்பை 24 ஜனவரி அன்று மாற்றியமைத்தார். இதற்கான அறைகூவலாக அண்ணாதுரை முழங்கியவை 'இந்தியை ஒழித்து இந்தியக் குடியரசு நீண்ட ஆயுளுடன் வாழ்க'

1957ல் நடைபெற்ற தி.மு.க இந்தி எதிர்ப்பு மாநாட்டில், தமிழ் நாட்டில் மத்திய அரசால் இந்தி திணிக்கப்படுவதை வன்மையாக எதிர்ப்பதென தீர்மானம் நிறைவேற்றப்பட்டது.

அக்டோபர் 13, 1957 அன்றைய நாளை இந்தி எதிர்ப்பு நாளாக பெருந்திரளான மக்களுடன் அமைதியான முறையில் கடைப்பிடிப்பது என முடிவானது.

இப்போராட்டத்துக்கு தலைமை தாங்கிய கருணாநிதி மத்திய அரசின் இந்தித் திணிப்பை எதிர்த்து, மொழிப் போராட்டம் எங்கள் பண்பாட்டைப் பாதுகாக்க இஃது எமது மக்களின் தன்மானம் மற்றும் எங்களது கட்சியின் அரசியல் கொள்கை, மேலும் இந்தி என்பது உணவு விடுதியிலிருந்து எடுத்துச் செல்லும் உணவு. ஆங்கிலம் என்பது ஒருவர் சொல்ல அதன்படி சமைக்கப்பட்ட உணவு.

தமிழ் என்பது குடும்பத் தேவையறிந்து விருப்பமறிந்து ஊட்டமளிக்கும் தாயிடமிருந்து பெறப்பட்ட உணவு என்று முழக்கமிட்டார்.

அக்டோபர் 1963ல் இந்தி எதிர்ப்பு மாநாடு சென்னையில் கூட்டப்பட்டது. இந்தித் திணிப்பு எதிர்ப்புப் போராட்டம் மத்திய அரசின் புரிந்து கொள்ளாமையை உணர்த்தும் விதமாக இந்திய அரசிலமைப்பு தேசிய மொழிகள் சட்ட எரிப்பு போராட்டம் நடத்துவதென மாநாட்டில் தீர்மானிக்கப்பட்டது.

நவம்பர் 16 அன்று அண்ணாதுரையும், நவம்பர் 19 அன்று கருணாநிதியும் கைது செய்யப்பட்டு 25 நவம்பர் அன்று உயர்நீதிமன்ற ஆணையால் விடுவிக்கப்பட்டனர்.

1967ல் நடைபெற்ற தேர்தலில் பங்கு பெற்ற தி.மு.க கழகம் வெற்றி பெற்று முதன் முறையாக திராவிட ஆட்சியை தமிழகத்தில் அமைத்தது. அவரது தலைமையில் 1967 மார்ச் 6ல் அமைந்த அமைச்சரவை இளைஞர்களை கொண்ட அமைச்சரவையாக விளங்கியது.

ஆட்சிப் பொறுப்பை ஏற்றதும் சுயமரியாதை திருமணங்களை சட்டபூர்வமாக்கி தனது திராவிட பற்றை உறுதிப்படுத்தினார்.

இருமொழிச் சட்டங்களை உருவாக்கி முந்தைய அரசின் மும்மொழித் திட்டத்தினை முடக்கினார். மேலும் மதராஸ் மாநிலம் என்றிருந்த சென்னை மாகாணத்தை 1969 ஜனவரி 14ல் தமிழ்நாடு என்று பெயர் மாற்றி தமிழக வரலாற்றில் நீங்கா இடம் பெற்றார்.

அமெரிக்கரல்லாத அண்ணாதுரை அவர்களுக்கு யேல் பல்கலைக் கழகம் சப் பெல்லோஷிப் என்ற கௌரவ பேராசிரியர் விருதினை 1967-1968ல் வழங்கப்பட்டது. அமெரிக்கரல்லாத ஒருவருக்கு இவ்விருது வழங்கப்பட்டதும் இதுவே முதல்முறையாகும்.

❐

14. இந்திமயமாக்கப்பட்ட இந்தியாவின் தேசியவாதம்

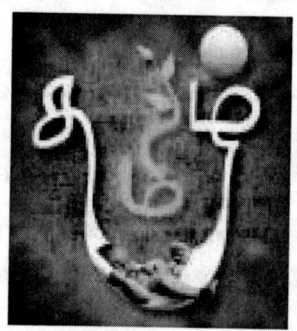

தத்துவங்கள், பாதைகள் வெவ்வேறு என்றாலும், இந்திய வரலாற்றை அணுகும் பார்வையில் காங்கிரஸ், பாஜக, கம்யூனிஸ்ட் கட்சிகள் மூன்றுமே டெல்லியிலிருந்தே இந்தியாவைப் பார்க்க விரும்புகின்றன.

மாநிலங்களை கிளைகளாக அல்லாமல், அவற்றை இந்த இந்தியப் பெருமரத்தின் ஆன்மாவாகப் பார்க்கும் பார்வையை தி.மு.கவே முன் வைக்கிறது.

அண்ணா வழிவந்த கருணாநிதி 1971ல் டெல்லியின் முன் வைத்த 'ராஜமன்னர் குழு அறிக்கை' ஒரு மாற்று அரசியல் சட்டத்துக்கான முன் மொழிவு.

1974ல் தமிழ்நாடு சட்டமன்றத்தில் தி.மு.க நிறைவேற்றிய மாநில சுயாட்சித் தீர்மானம் ஒரு மாற்று அரசியல் பாதைக்கான தொடக்கப் பிரகடனம்!

இந்தியா என்ற வரையறைக்கு உட்பட்டு மாநிலங்களுக்கான இங்கு வாழும் பல்வேறு தேசிய இனங்களுக்கான உச்சபட்ச அதிகாரப் பகிர்வுச் சாத்தியங்களைத் தமிழகம் முன் வைக்கிறது.

அரசியலமைப்பில் மட்டுமல்லாமல், சமூகத்தைப் பார்க்கும் பார்வையிலேயே டெல்லியிடமிருந்து திட்டவட்டமான மாற்றுப் பார்வை ஒன்று தனக்கிருப்பதையும் திராவிட இயக்கம் வழி தமிழகம் வெளிப்படுத்தியிருக்கிறது.

சாதியப் பாகுபாடுகள்தான் இந்தியாவின் தலையாய பிரச்சனை என்ற உண்மையைத் தொடர்ந்து இந்த நூற்றாண்டுகளாக முகம் கொடுத்துக் கொண்டிருப்பது திராவிட இயக்கம்.

இந்தியாவின் வெகுஜன அரசியல் தளத்தில் சாதிய மேலாதிக்கத் துக்கு எதிரான வெற்றிகரமான ஒரே அரசியல் இயக்கம்அதுவே. பிராமணியத்துக்கு எதிரான பிரகடனத்தோடு ஒற்றைத்துவ அலை யில் சிக்கிவிடாமல் ஒரு மாற்று அரசியல் கலாச்சாரத்தை முன்னெடுத்து இந்திய அரசியலில், வெற்றி பெற்றிருக்கும் ஒரு இயக்கம் வேறு இங்கு ஏது?

இந்தி மயமாக்கப்பட்ட சுதந்திர இந்தியாவின் தேசியவாதம் இத்தனை ஆண்டுகளில் நாடெங்கிலும் உண்டாக்கி இருக்கும் மோச மான விளைவுகளில் ஒன்று உள்ளூர் அடையாள அழிவு! விளைவாக சாதிய, மத அடையாளங்கள் பெற்றிருக்கும் கூடுதல் பலம்!

இன்று தமிழ்நாட்டில் சாதி - மத வரையறைகளைத் தமிழர் என்ற அடையாளத்தால் கடக்க வாய்ப்புள்ள சாத்தியங்கள் ஏனைய பல மாநிலங்களில் கிடையாது.

குழந்தைக்கு பெயர் சூட்டுதல் முதல் சுயமரியாதைத் திருமணங்கள் வரை வாழ்வியலில் தமிழ் அடையாள மாற்றுக் கலாச்சாரத்தை திராவிட இயக்கம் வார்த்தெடுத்ததற்கு இதில் முக்கியமான பங்குண்டு.

இந்தி ஆதிக்கத்துக்கு எதிராக உறுதியாக நின்ற திராவிட இயக்கம் ஆங்கிலத்தை ஒரு மாற்றாக முன்னிறுத்தியதன் விளைவுகளை பொருளாதாரத் தளத்தில் அறுவடை செய்து கொண்டது.

இந்திய நிலப்பரப்பில் வெறும் 3.95% (1.3 லட்சம் சதுர கி.மீ) மட்டுமே கொண்டது தமிழ்நாடு. ஒன்றிணைந்த ராஜஸ்தான்,

மத்திய பிரதேசம், மகாராஷ்டிரம் இந்த மாநிலங்களோடு ஒப்பிடுகையில் பாதி கூட கிடையாது.

மக்கள் தொகையில் அதிகம் என்றாலும் நிலப்பரப்பளவில், குஜராத், ஆந்திரம், கர்நாடகத்தையும் விடவும் சிறியது. இன்றைய தமிழ் நாட்டின் வளர்ச்சி எப்படி சாத்தியமானது.

எல்லோரையும் உள்ளடக்கிய வளர்ச்சிப் பார்வை! விவசாயத்தைப் புறக்கணித்து விடாத வளர்ச்சியை முன்னெடுத்தது தமிழகம். 1970 களின் தொடக்கத்திலேயே நில உச்சவரம்புச் சட்டத்தின் மூலம் நிலப் பகிர்வைக் கொண்டு வந்தார் கருணாநிதி.

இதன் விளைவாக தமிழகத்தின் 98% பேர் சிறு விவசாயிகள் ஆயினர். நேரடிக் கொள்முதல் நிலையங்கள், இலவச மின்சாரம், உழவர் சந்தைகள், குறைந்த வட்டியிலான வங்கிக்கடன், சுமை பெருகிய காலத்தில் கடன் தள்ளுபடி, சிக்கனப் பாசனத் திட்டத்தில் கவனம் என்று விவசாயிகளுக்கு உகந்த சூழலை உருவாக்குவதிலும் தி.மு.க தொடர்ந்து கவனம் அளித்தது.

உலகமயமாக்கல் சூழலில் முந்திக் கொள்வதிலும் தமிழகம் முன்னே நின்றது. தகவல் தொழில் நுட்பத்துறைக்கான கொள்கையை நாட்டுக்கே முன்னோடியாக 1997ல் கருணாநிதி கொண்டு வந்ததை எவரும் மறுக்க முடியாது.

1962ல் 50 சட்டமன்றங்களை தி.மு.க பிடிக்க திராவிட நாடு முழக்கம் மேலும் அதிகரித்தது. அடுத்த ஆண்டு பிரிவினை பேசும் கட்சிகளுக்குத் தடை போடும் அரசியல் சட்டத்திருத்தத்தை கொண்டு வந்தது நேரு அரசு.

ஆட்சி முடக்கப்படுவதை தடுக்க அண்ணா 'திராவிட நாடு கோரிக்கையை கைவிட்டார். ஆனால் அதற்கான காரணங்கள் அப்படியே இருக்கின்றன' என்றார்.

தமிழகத்தின் நலனுக்காக இப்போது மாநில சுயாட்சி முழக்கத்தை அவர் கையில் எடுத்தார். 1965ல் இந்தி ஆட்சி மொழியாக இருந்த பேராபத்தை தடுக்கவும், 1967 தேர்தலுக்கான ஆயத்தத்துக்கும் தயாரானது தி.மு.க.

1963 ஜுலை 7ல் சென்னைக் கடற்கரை கூட்டத்தில் கருணாநிதியே, 1967 தேர்தலுக்கான வியூகத்தின் ஒரு பகுதியை வகுத்துத் தந்தார். 200 தொகுதிகளில் போட்டி. ஒரு தொகுதிக்கு ரூ.5000 செலவுத் தொகை. ஆக மொத்தம் ரூ 10 லட்சம். அவரே அந்தத் தொகையைத் திரட்டும் பணியையும் ஏற்றுக் கொண்டார்.

1963லிருந்து இந்தி எதிர்ப்புப் போர் கழகத்தை பம்பரமாக சுழல வைத்தது. 1965 ஜனவரி 26ஐ துக்க நாளாக கொண்டாட முடிவெடுத்தது.

தி.மு.க மாணவர்களைத் தூண்டி விடுவதாகக் குற்றம் சாட்டப்பட்டு 1965 பிப்ரவரி 16 அன்று தேசிய பாதுகாப்புச் சட்டத்தின் கீழ் கைது செய்யப்பட்டு பாளையங்கோட்டை சிறையில் அடைக்கப்பட்டார் கருணாநிதி. என் தம்பி கருணாநிதி தனிமைச் சிறையில் கிடக்கும் இந்த இடம் தான் யாத்திரை செய்ய வேண்டிய புண்ணிய பூமி என்றார் அண்ணா.

◻

15. முன்ஷி - அய்யங்கார் உடன்பாடு

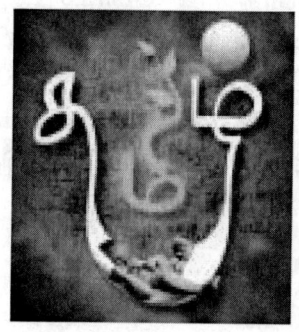

முன்ஷி - அய்யங்கார் உடன்பாடு அல்லது முன்ஷி - அய்யங்கார் வாய்ப்பாடு (Munshi-Ayyangar Formula) இந்திய ஆட்சிமொழிக் கொள்கையை வரையறுத்த ஒரு ஒப்பந்தமாகும். இந்திய அரசியலமைப்புச் சட்டத்தை இயற்றிய முதலாம் நாடாளு மன்றத்தில் இந்தி ஆதரவாளர்களுக்கும், எதிர்ப்பாளர்களுக்கும் ஏற்பட்ட கருத்து வேறுபாடுகளால், இரு தரப்பினரும் தங்கள் கொள்கைகளை சிறிது விட்டு கொடுத்து சமரசம் செய்து கொண்டனர். கே.எம்.முன்ஷி - கோபாலசாமி அய்யங்கார் ஆகியோரால் வடிவமைக்கப்பட்ட இவ்வொப்பந்தத்தால் இந்தியும், ஆங்கிலமும் இந்தியக் குடியரசின் ஆட்சி மொழிகளாயின.

பிரித்தானிய ஆட்சியின் கீழ் இந்தியா இருந்த போது, ஆங்கிலம் நாட்டின் ஆட்சிமொழியாக பயன்படுத்தப்பட்டது. அரசு எந்திரத்தின் மொழியும், சட்டங்கள் இயற்றும் மொழியும் ஆங்கிலமே. இந்திய விடுதலைப் போராட்டம் சூடு பிடித்தபோது, இந்திய மக்களை ஒருங்கிணைக்க ஒரு பொது மொழி தேவை என காந்தி கருதினார்.

அதற்கு பெரும்பாலோனோர் பேசும் இந்துஸ்தானி (உருது மற்றும் இந்திக்கு பொதுவான மொழி) தேர்ந்தெடுக்கப்பட்டு, தென்னிந்தியர்களிடையே அதை பரப்ப ஹிந்தி பிரச்சார் சபா தோற்றுவிக்கப்பட்டது. 1925இல் இந்திய தேசிய காங்கிரசின் அலுவலக மொழியாக இந்துஸ்தானி அங்கீகரிக்கப்பட்டது. சுதந்திர இந்தியாவிலும் அதுவே தேசிய மொழியாக இருக்க வேண்டுமென நேருவும், காந்தியும் கருதினர்.

முதலாம் நாடாளுமன்றம்

ஆகஸ்ட் 1947இல் இந்தியாவிற்கு சுதந்திரம் வழங்க பிரிட்டன் ஒப்புக் கொண்டது. புதிய நாட்டின் அரசியலமைப்புச் சட்டத்தை உருவாக்க, இந்தியாவின் முதலாவது நாடாளுமன்றம் (இந்திய அரசியலமைப்பு நிர்ணய மன்றம்) 1946 டிசம்பரில் கூட்டப்பட்டது. நாடாளுமன்ற உறுப்பினர்கள் மாகாணங்களின் சட்டமன்றங்களில் இருந்து தேர்ந்தெடுக்கப்பட்டனர். அரசியலமைப்பு சட்டத்தை உருவாக்கும் பணி 1949 வரை மூன்றாண்டுகள் நடைபெற்றது. ராஜேந்திர பிரசாத் இந்த அவையின் தலைவராக செயல்பட்டார்.

மொழிப் பிரச்சனை

புதிய நாடாளுமன்றம் கூடிய முதல் நாளே மொழிப் பிரச்சனை எழுந்தது. பம்பாய், ஐக்கிய மற்றும் மத்திய மாகாணங்களின் உறுப்பினர்கள், அரசியலமைப்புச் சட்டம் இந்தியில்தான் எழுதப் பட வேண்டும் என்று கூச்சலிட்டனர்.

ஐக்கிய மாகாணங்கள் உறுப்பினர் துலேக்கர் “இந்துஸ்தானி தெரியாதவர்கள் நாட்டை விட்டு வெளியேறி விடலாம். இம் மன்றத்தை விட்டும் வெளியேறி விடலாம்” என்று கூச்சலிட்டார். பிரதமர் நேருவின் தலையீட்டால், ஆங்கிலத்தில் விவாதங்கள் நடத்தவும், சட்டங்கள் இயற்றவும் பின்னர் அவற்றை இந்துஸ்தானி யில் மொழி பெயர்க்கவும் முடிவானது.

துலேக்கர், அல்குராய் சாஸ்திரி, பால்கிருஷ்ண ஷர்மா, புருஷோத்தம்தாஸ் டாண்டன், பாபுநாத் குப்தா, ஹரி விநாயக் படாஸ்கர், சேத் கோவிந்த் தாஸ் ஆகிய வட இந்திய உறுப்பினர்கள்

இந்துஸ்தானி சுதந்திர இந்தியாவின் தனி தேசிய மொழியாகவும், ஆட்சி மொழியாகவும் இருக்க வேண்டுமெனக் கோரினர். இந்தி ஆதரவாளர்களிடையே இரு கோஷ்டிகள் இருந்தன.

சுத்த இந்தி வேண்டுமென விரும்பியோர் (டாண்டன், கோவிந்த தாஸ், சம்பூர்னாந்த், ரவிஷங்கர் சுக்லா, கே.எம்.முன்ஷி) மற்றும் இந்துஸ்தானிய தேசிய மொழியாக வேண்டுமென விரும்பி யோர் (நேரு, அபுல்கலாம் ஆசாத்). இந்துஸ்தானி உருது பேசும் மக்களும் எளிதில் பயன்படுத்தக்கூடிய மொழி என்பது இரண்டாவது கோஷ்டியரின் வாதம்.

இவர்களுக்கு எதிர்ப்பு தென்னிந்திய, குறிப்பாக சென்னை மாகாணத்தின் தமிழ் உறுப்பினர்களிடம் இருந்து வந்தது. டி.டி.கிருஷ்ணமாச்சாரி, துர்காபாய், என்.ஜி. ரங்கா, கோபாலசாமி அய்யங்கார் இந்தி எதிர்ப்பு கோஷ்டியுள் குறிப்பிடத் தக்கவர்கள். இவர்கள் ஆட்சி மொழியாக ஆங்கிலமே தொடர்ந்து நீடிக்க வேண்டுமென விரும்பினர்.

1947இல் காங்கிரசு நாடாளுமன்ற உறுப்பினர்கள் குழு கூடி மன்றத்தில் இந்தியை ஆதரிப்பது என்று முடிவு செய்தது. காங்கிரசு அவையில் தனிப்பெரும்பான்மை பெற்றிருந்ததாலும் பெரும் பான்மை உறுப்பினர்கள் இந்தி - இந்துஸ்தானியை ஆதரித்தாலும், இந்தி-இந்துஸ்தானியே தேசிய மொழியாகத் தேர்ந்தெடுக்கப் படுமென்ற நிலை நிலவியது.

மொழிப் பிரச்சனை அவ்வப்போது வாதிக்கப்பட்டாலும், தீர்வு ஏற்படாமல் இழுத்துக் கொண்டே போனது. 1949 இன் தொடக் கத்தில் அதுவரை இயற்றப்பட்ட சட்டங்களின் இந்தி மொழி பெயர்ப்பு வெளியானது. சமஸ்கிருத தாக்கம் மிகுந்த இந்தியில் அது மொழி பெயர்க்கப்பட்டிருந்ததைக் கண்டு இந்துஸ்தானி ஆதர வாளர்கள் அதிர்ச்சி அடைந்தனர். இந்தி -இந்துஸ்தானி கோஷ்டியில் பிளவு ஏற்பட்டு அவர்களது பெரும்பான்மை பறிபோனது.

வங்காள மொழி உறுப்பினர்களும், தென்னிந்திய உறுப்பினர் களுடன் சேர்ந்து கொண்டதால், எந்த கோஷ்டிக்கும் பெரும்

பான்மை கிடைக்கவில்லை. யார், எந்த புதுத் திட்டத்தை கொண்டு வந்தாலும், அது மற்ற இரு கோஷ்டிகளும் ஏற்புடையதாக இல்லை. அரசியலமைப்புச் சட்டத்தை சமர்ப்பிக்க இறுதி காலக்கெடு நெருங்க நெருங்க குழப்பம் மேலும் அதிகமாகியது.

சமரசம்

இந்நிலையில் அக்டோபர் 1949இல், இந்தியக் குழுவின் பிரதிநிதி கே.எம்.முன்ஷியும், தென்னிந்தியக் குழுவின் பிரதிநிதி கோபால சாமி அய்யங்காரும், பேச்சு வார்த்தை நடத்தி இரு பிரிவினரும் ஏற்றுக் கொள்ளத்தக்க ஒரு சமரச உடன்பாட்டை உருவாக்கினர். இது முன்ஷி அய்யங்கார் வாய்ப்பாடு என்று வழங்கப்பட்டது. பெரும்பான்மை உறுப்பினர்களுக்கு திருப்தி அளித்ததால், இவ் வாய்ப்பாடே புதிய இந்தியக் குடியரசின் மொழிக் கொள்கைக்கு அடிப்படையாக மாறியது.

விளைவுகள்

முன்ஷி - அய்யங்கார் உடன்பாட்டின்படி அரசியலமைப்புச் சட்டத்தின் பதினேழாவது பிரிவு இயற்றப்பட்டது. இந்தியக் குடியரசுக்கு தனியாக தேசிய மொழி எதுவும் குறிப்பிடவில்லை. மாறாக ஆட்சி அலுவல் மொழிகள் மட்டுமே வரையறுக்கப் பட்டன.

புதிய ஆட்சி மொழிக் கொள்கையின் முக்கிய அம்சங்கள் :

(பதினேழாம் பிரிவின் உட்பிரிவுகள்)

343 தேவநாகரி எழுத்தில் எழுதப்படும் இந்தியே இந்தியாவின் ஆட்சி மொழி. ஆனால் பதினைந்தாண்டுகளுக்கு ஆங்கிலமும் ஆட்சி மொழியாக இருக்கும்.

344 ஐந்தாண்டுகள் கழித்து, இந்தியை தனிப்பெரும் ஆட்சி மொழியாக்க ஒரு ஆட்சி மொழிக் குழு அமைக்கப்பட வேண்டும்.

345 மத்திய, மாநில அரசுகளுக்கிடையே ஆட்சி மொழியில் மட்டும் தகவல் பரிமாற்றம் செய்யப்பட வேண்டும்.

348 சட்டமொழியாக ஆங்கிலம் பயன்படுத்தப்படும்.

351 இந்தி மொழியைப் பரப்புவது மத்திய அரசின் கடமை.

*343*ஆம் உட்பிரிவில் குறிப்பிட்டபடி *1965*இல் இந்தியை தனி ஆட்சி மொழியாக்க நடுவண் அரசு முயன்ற போது தமிழ்நாட்டில் இந்தி எதிர்ப்புப் போராட்டங்கள் ஏற்பட்டன. அதனால் இன்று வரை இந்தி, ஆங்கிலம் இரண்டுமே இந்தியக் குடியரசின் ஆட்சி மொழிகளாக இருந்து வருகின்றன.

❐

16. இந்தி - இந்து - இந்துஸ்தான்

1937ல் சக்கரவர்த்தி ராஜகோபாலச்சாரியார் சென்னை மாகாணத்தின் முதலமைச்சரானார். அவரின் ஆட்சிக் காலத்தில் இந்தி கட்டாயமொழியாக பள்ளிகளில் அறிமுகப்படுத்தப்பட்டது. இது இந்தி எதிர்ப்பு போராட்டமாக வெடித்தது.

நீதிக் கட்சியைச் சார்ந்தவர்களான சர். ஏ.டி. பன்னீர் செல்வம் மற்றும் இராமசாமி இப்போராட்டத்திற்கு ஆதரவு கொடுத்தனர். இப்போராட்டம் 1938ல் பலர் கைது செய்யப்பட்டு சிறையில் இராஜாஜி அரசால் அடைக்கப்பட்டவுடன் முடிவுற்றது.

அதே வருடம் தமிழ்நாடு தமிழருக்கே என்ற முழக்கமும் ஊரெங்கும் முழங்கியது. பெரியார் பள்ளிகளில் இந்தி திணிக்கப்படுவதை எதிர்த்து அவர் இவ்வாறு முழக்கமிட்டார். இது ஆரியர்கள், திராவிடர்களின் பண்பாடுகளை ஊடுருவிச் சிதைக்க திட்டமிடும் அபாயகரமான தந்திரச் செயல் என குறிப்பிட்டார்.

இந்தியை ஏற்றுக் கொள்வது இந்தி பேசும் வட இந்தியர்களிட மிருந்து தமிழர்களை பிரித்து அவர்களை இரண்டாம் தர குடி மக்களாக வழிவகுத்து விடும்.

இந்தி தமிழர்களின் முன்னேற்றத்தைத் தடுத்து நிறுத்துவது மட்டுமல்லாமல் அவர்கள் நெடுங்காலமாக பாதுகாத்து வரும் பண்பாட்டையும் சிதைத்து விடும். தமிழை இனிமேல் பயன் படுத்தாத நிலைக்கு தமிழர்கள் தள்ளப்பட்டு விடுவார்கள் என்று பெரியார் வலியுறுத்தினார். தொடர்ந்து இந்தி எதிர்ப்பு போராட்டங்கள் 1948, 1952, 1965 ஆண்டுகளில் நடந்தன.

திராவிட இயக்கத்தின மிக முக்கியமான பங்களிப்புகளில், தொடர் செயல்பாடுகளில் ஒன்று மொழியுரிமைக்கான அதன் போராட் டங்கள், தியாகங்கள், தமிழுக்காக உயிர்நீத்த, அடிவாங்கிய, ரத்தம் சிந்திய போராளிகள் உண்மையில் 'இந்தி - இந்து - இந்துஸ்தான்' ஒற்றைக் கலாச்சாரத்தில் இந்தியா சிக்காமல் இருக்கவும், இந்நாட்டில் உலகமயச் சூழலில் இந்தியா போட்டியிட்டு நிற்கவும் உதவியிருக்கிறார்கள் என்பதே வரலாறு.

சென்னை மாகாணத்தில் 1937 தேர்தலில் ஆட்சியைப் பிடித்தது காங்கிரஸ். பள்ளிகளில் இந்தி கட்டாயமாக்கப்பட உள்ளதாக அறிவித்தார் ராஜாஜி. 1938ல் அத்திட்டத்தை 6,7,8 ஆம் வகுப்பு மாணவர்களை வைத்து வெள்ளோட்டம் பார்க்க முயன்றபோதே பெரியாரிடமிருந்து கடும் எதிர்ப்பு வந்தது.

மேலும் 125 உயர்நிலைப் பள்ளிகளில் இந்தியை கட்டாயப் பாடமாக்கும் அரசாணையை வெளியிட்டார் ராஜாஜி.

'டிசம்பர் 3 இந்தி எதிர்ப்பு நாள்' என்று அறிவிக்கப்பட்டது. தொடர் பேராட்டத்தில் இறங்கினார்கள் மாணவர்கள். கொத்துக் கொத்தாக கைது செய்யப்பட்டார்கள்.

சித்ரவதைக்கு உள்ளாக்கப்பட்டார்கள். சென்னையைச் சேர்ந்த தலித் இளைஞர் நடராஜன் இந்தச் சித்ரவதையில் 1938 ஜனவரி 15 அன்று உயிரிழந்தார். அடுத்து 11.3.8 அன்று தாழமுத்து சிறைக் கொடுமையில் உயிரிழந்தார்.

தொடர்ந்து மேலும் சில உயிர்த்தியாகங்கள். பெரியார் உட்பட ஆயிரக்கணக்கானோர் கைதுகள், பீறிட்டுப் பரவிய எதிர்ப்பின் விளைவாக இந்தித் திணிப்பு கைவிடப்பட்டது.

ஆனால் சுதந்திரத்தின் போது அரசியலமைப்புச் சட்ட உருவாக்கத்தின் போது மீண்டும் இந்தித் திணிப்பு வேறு ரூபத்தில் விஸ்வரூபம் எடுத்தது. நாட்டின் அலுவல் மொழியைத் தேர்ந்தெடுப் பதற்காக ஓட்டெடுப்பில் ஒரே ஒரு ஓட்டு வித்தியாசத்தில் வென்ற இந்தியை மட்டும் நாடு தழுவிய ஒரே அலுவல் மொழியாக கொண்டு வரத் திட்டமிட்டார்கள் இந்தி வாலாக்கள்.

'அது நடந்தால் இந்நாட்டின் இந்தி பேசாத மாநிலங்களைச் சேர்ந்த 60% மக்கள் ஒரே நாளில் இரண்டாம் தரக்குடி மக்களாகி விடுவார்கள். அவர்கள் நலனுக்காக ஆங்கிலமும், அலுவல் மொழி யாக நீட்டிக்கப்பட வேண்டும்' என்று போராடினார்கள் இந்தி பேசாத மாநிலங்களைச் சேர்ந்தவர்கள்.

இதிலும் அரசியலமைப்பு சட்ட நிர்ணய சபையில் தமிழர்களின் குரல் ஓங்கி ஒலித்தது.

இதன் விளைவாக 'ஆட்சி மொழி இந்தி. ஆனால் 15 ஆண்டுகள் வரை ஆங்கிலமும் கூடுதலாகப் பயன்படுத்தலாம்' என்ற கெடுவோடு 1950ல் நடைமுறைக்கு வந்தது அரசியலமைப்புச் சட்டம்.

இந்தக் கெடுவின்படி ஆங்கிலத்தை அறவே நீக்கிவிட்டு 1965 ஜனவரி 26 முதல் இந்தியாவின் ஆட்சி மொழியாக்கும் நடவடிக்கைகள் தொடங்கிய போது 1964ல் கிளர்ந்தெழுந்தது தமிழகம்.

'அய்யா தமிழைக் காப்பாற்றுங்கள். இந்தியை நுழைய விடாதீர்கள்' என்று கெஞ்சிய இளைஞரைப் பார்த்து 'இந்த பைத்தியத்தைக் கைது செய்யுங்கள்' என்று போலீசாருக்கு உத்தரவு போட்டார் காங்கிரஸ் முதல்வர் பக்தவச்சலம்.

ஜனவரி 25 விடியற்காலை 4.30 மணியளவில் தனக்குத் தானே தீ வைத்துக் கொண்டு 'ஏ தமிழே நீ உயிர்வாழ நான் துடிதுடித்துச் சாகிறேன்' என்று முழக்கமிட்டபடி கருகி போனார் கீழப்பழூர் சின்னச்சாமி.

அடுத்து கோடம்பாக்கம் சிவலிங்கம் தீக்குளித்தார். போராட் டத்தில் ஈடுபட்ட சிதம்பரம் அண்ணாமலைப் பல்கலைக் கழக

மாணவர்கள் ராஜேந்திரனும், சிவலிங்கமும் போலீஸ் துப்பாக்கிச் சூட்டிற்கு இறையானார்கள்.

மேலும் 8 பேர் தீக்குளித்தும், விஷம் அருந்தியும் தற்கொலை செய்து கொள்ள, தமிழகம் தகித்தது.

போலீஸ் துப்பாக்கிச் சூட்டில் கொல்லப்பட்டவர்கள் எண்ணிக்கை அரசுக் கணக்கின்படியே 70 பேர் பல்லாயிரக்கணக்கானோர் கைதானார்கள்.

விளைவாக மத்தியில் சாஸ்திரி அரசு இறங்கி வந்தது. ஆங்கிலம் நீடிப்பதை உறுதி செய்தது. திராவிடக் கட்சிகளை ஆட்சிக்கு கொண்டு வந்ததில் முக்கியப் பங்கு வகித்தது இந்தப் போராட்டம்!

17. பண்டைய தமிழர் நாகரீகம்

குமரிக்கண்டம் என்பது இந்தியப் பெருங்கடலின் அமைந்துள்ள இந்தியாவின் தெற்கே இருந்ததாகக் கருதப்படும் இழந்த ஒரு கண்டத்தை குறிக்கிறது.

இது பண்டைய தமிழர் நாகரீகத்துடன் தொடர்புடைய ஒரு முக்கிய நிலப் பகுதியாகவும் கருதப்படுகிறது.

குமரிக்கண்டம், குமரிநாடு என்ற வேறு பெயர்களாலும் இப்பகுதி அழைக்கப்பட்டது. 19ஆம் நூற்றாண்டில் ஐரோப்பிய மற்றும் அமெரிக்க அறிஞர்களின் ஒரு பகுதியினர் இலெமூரியா என்றழைக்கப்படும் ஒரு மூழ்கிய கண்டம் இருந்திருக்கலாம் என்று ஊகித்தனர்.

ஆப்பிரிக்கா, ஆஸ்திரேலியா, இந்தியா மற்றும் மடகாஸ்கர் நாடுகளுக்கு இடையே காணப்படும் புவியியல் மற்றும் பிற ஒற்றுமைகளை தொடர்புபடுத்தி விளக்க முயன்ற போது அவர்களுக்கு இச்சிந்தனை தோன்றியது.

பண்டை தமிழர் நாகரீகம் இலெமூரியா கண்டத்தில் இருந்தது. அக்கண்டம் ஒரு பேரழிவு நிகழ்ந்து கடலுக்குள் சென்றது.

1890களில் பண்டைய தமிழ் நாகரீகமான லெமூரியாவின் இருப்பை ஆதரிப்பதற்காக கண்டத்தின் தமிழ்பெயர்களைப் பயன்படுத்த ஆரம்பித்தனர்.

1903ல் பரிதிமாற் கலைஞர் தமிழமொழியின் வரலாறு என்ற தன்னுடைய நூலில் முதன் முதலில் குமரிநாடு என்ற சொல்லைப் பயன்படுத்தினார். அதன் பின்னர் லெமூரியா கண்டத்தைப் பற்றி விவரிப்பதற்கு குமரிக்கண்டம் என்ற சொல்லை பயன்படுத்த தொடங்கினார்கள்.

சுமேரியா மொழியில் 5000 ஆண்டுகளுக்கு முன்பு பயன்படுத்தப் பட்ட வாக்கியமான கிரி அகிபட்டு ரியா என்ற வாக்கியமே குமரிக் கண்டம் ஆகும்.

இதன் அக்கால தமிழ் உச்சரிப்பு கரியரவனட ஆகும். இதன்படி சுமேரிய நாகரீகத்தில் 5000 ஆண்டுகளுக்கு முன்பே குமரிக்கண்டம் என்ற வார்த்தை இருந்ததை அறியலாம்.

கடைச்சங்கத்தில் குமரியாறு மற்றும் பஃறுளியாறு உற்பத்தியான மேருமலை இருந்ததற்கான சாத்தியக் கூறுகள் சீன பழங்கதைகளில் கூட தென்படுகின்றன.

பதினான்காம் நூற்றாண்டு காலப்பகுதியில் வாழ்ந்த கச்சியப்ப சிவாச்சாரியார் எழுதிய கந்தப் புராணத்தில் குமரிக்கண்டம் என்ற சொற்கள் பயன்படுத்தப்பட்டுள்ளன.

இந்த குமரிக்கண்டத்தில் தான் மாந்தர்களும் தமிழர்களும் முதல் முதலாய் தோன்றினரென தேவநேயப் பாவாணர் முதலானோர் எழுதியுள்ளனர்.

ஆதிமனிதன் தோன்றியிருக்கக் கூடிய தென்குமரிக் கண்டம் கடல் கோளால் அழிவிற்குட்பட்டது என்பது தமிழரறிஞர் பலரின் கருத்தாக உள்ளது.

தென்குமரிக் கண்டத்தின் தலைநகராக தென்மதுரை விளங்கியதாகவும் மேலும் தென் மதுரையில் தலைச்சங்கம் இருந்ததென்பதும், அதனை அடுத்து கருத்து மேலும் இரண்டு சங்கங்கள் இருந்தன வென்பதும் நூற்களின் வழியாக நாமறியும் தகவல்களாகும்.

கடவுளர்களான சிவன், முருகன், குபேரர் ஆகியோர் தலைமையில் அந்த தமிழ்ச்சங்கம் செயல்பட்டது என்றும் குறிப்புகள் காணப்படு கின்றன.

தமிழர்கள் குமரிக்கண்டத்தில் இருந்து வடக்கு நோக்கி குடி பெயர்ந்தனர் என்பதற்கு தமிழகத்தில் தமிழ் மொழியின் தாக்கம் அதிகமாகவும், வடக்கில் செல்லச் செல்ல குறைந்திருப்பதைக் கொண்டும் தமிழ் மக்கள் குமரிக்கண்டத்திலிருந்து வடக்கு நோக்கி குடிபெயர்ந்ததை அறியலாம்.

தற்போதுள்ள இயற்பியல் பூகோள் வரைபடங்களில் கி.மு. 30000 குமரிக்கண்டமிருந்த இடத்தில் பெருமளவு கடலின் ஆழம் 200 அடி வரை இருக்கிறது. சில இடங்களில் 2000 அடி வரை இருக்கிறது.

1960ஆம் ஆண்டு இந்து மாக்கடலில் கடற்தள ஆராய்ச்சியாளர் செய்த ஆராய்ச்சியில் தமிழகத்தின் கன்னியாகுமரிக்குத் தெற்கே இரண்டு கண்டங்கள் இருந்திருப்பதை கண்டுபிடித்துள்ளதாகக் கூறுகிறார்கள்.

பத்தாயிரம் ஆண்டுகளுக்கு முன்பிருந்த பனியுகத்தின் போது இந்து மாக்கடலில் கடல்நீர் மட்டம் குன்றிக் குமரிக் கண்டம் முழுவதும் புறத்தே தெரியும் படி மேலாக உயர்ந்திருந்தது அறியப்பட்டது.

தமிழ்மொழி மற்றும் கலாச்சாரத்தின் பழங்காலத்தை நிரூபிக்க உதவும் குமரிக்கணடம் தமிழர்கள் நாகரீகத்தின் தொட்டில் என கூறுகின்றனர்.

இன்றைய தமிழகம் பல்வேறு கடல் கோள் நிகழ்வுகளுக்கு பிறகு பரப்பளவில் மிகச் சிறியதாக விளங்குகிறது என ஆராய்ச்சியாளர்கள் கருதுகின்றனர்.

தமிழ் நிலம் ஆப்பிரிக்கா கண்டத்துடன் ஒட்டி இருந்த நிலையில் லிமிரிக் கண்டம் என்று அழைக்கப்பட்டது.

இப்பழைய கண்டத்தில் நிகழ்ந்தனவாக இரு கடல் கோள்கள் குறிப்பிடுகின்றன. ஒன்று பேரூழி காலத்தில் நிகழ்ந்தது. மற்றொன்று பிற்பட்ட காலத்தில் நிகழ்ந்தது. முற்பட்ட கல் கோளினை மச்சாவதாரக் கடல்கோள் என்றும் கூறலாம்.

எட்டுத்தொகை நூல்களின் ஒன்றாகிய கலித்தொகை.

'மலிதிரையூர்ந்து தன் மணிகடல் வௌவலின்' என்று குறிப்பிடுகிறது.

'வடிவேலெறிந்த வான்பகை பெறாது பஃறுளி யாற்றுடன் பன்லை யடுக்கத்துக் குமரிக்கோடுங் கொடுங்கடல் கொள்ள' என்ற குறிப்பு காணப்படுகிறது.

இறையனார் களவியல் உரையில் 'முதற்சங்கம் இருந்து தமிழராய்ந்து கடல் கொள்ளப்பட்ட மதுரை' என்ற குறிப்பு காணப்படுவதால் முதற் சங்கம் கடற்கோளால் முடிவுற்றது என அறியலாம்.

இடைச்சங்க காலத்தில் சங்கம் இருந்து வெண்டேர்ச் செழியன் முதலாக முடத்திருமாறன் ஈறாக ஐம்பத்தொன்பதிமர் இருந்து தமிழராய்ந்த கபாடபுரம் பாண்டிநாட்டை கடல் கொண்டது.

இச்செய்தியை அடியார்க்கு நல்லார் தம் சிலப்பதிகார உரையில் குமரியின் வடபெருங் கோட்டின் காணும் கடல் கொண்டது என்று கூறியுள்ளார்.

கடைச்சங்கம் குறித்து 'கடைச்சங்கமிரீ இயனார் கடல் கொள்ளப் பட்டு போந்திருந்த முடத்திருமாறன் முதலாக உக்கிரப் பெருவழுத் யீறாக நாற்பத்தொன்பதின்மர் என்க' என உரைத்துள்ளார்.

கபாடபுரம் அழிந்த பிறகு கடல் கோள் நிகழ்ந்ததாக பழந்தமிழ் நூல்களில் கூறப்படவில்லை.

❒

18. எங்கும் தமிழ்! எதிலும் தமிழ்!

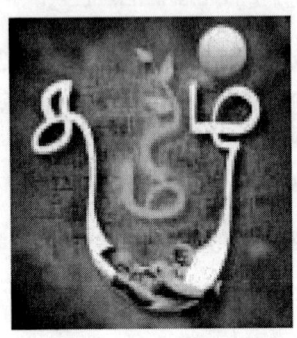

1891 மக்கள் தொகை அறிக்கை, படித்தவர்களில் பெரும் பாலானவர்கள் மேல் சாதிக்காரார்கள் என்று அடையாளம் கண்டது. அவர்களிலும் அதிகம் பேர் பிராமணர்கள்.

பிராமணரல்லாதோர் இயக்கமாக உருவெடுத்த நீதிக்கட்சி, கல்வி, சுகாதாரத்துறையில் முன்னேற்றப் பாதை நோக்கி மதராஸ் மாகாணத்தை திருப்பியது.

பகைல் அரசரது தலைமையிலான நீதிக்கட்சி, பிராமணர் அல்லாத சமூகத்தவர்களுக்கான கல்வி, சுகாதாரத்தை இலவசமாக்குவதில் முனைப்பு காட்டியதோடு வேலைவாய்ப்பிலும் சமூக நீதியைக் கொண்டு வந்தது.

தாழ்த்தப்பட்ட மக்களின் நலனில் அக்கறையுடன் செயல்பட பல்வேறு நடவடிக்கைகளை எடுத்ததோடு, அவர்கள் நலனைக் கவனிக்க அது கொண்டு வந்த 'தொழிலாளர் ஆணையம்' பதவியிடம் முக்கியமானது.

ஆட்சிக்கு வெளியிலிருந்து தமிழ் மக்களின் நலன்களுக்கு அழுத்தம் கொடுத்துக் கொண்டிருந்த பெரியாரின் குரல் இதற்கு முக்கியமான ஒரு காரணம்.

கட்டாயத் தொடக்கக் கல்வியை அனைவருக்கும் அளிக்க வேண்டும் என்பது உட்பட 14 அம்ச செயல்திட்டத்தை நீதிக்கட்சி அரசிடம் முன்பு பெரியார் அளித்திருந்தார்.

சுயமரியாதை இயக்கம் வளர்ந்து நீதிக்கட்சியையும் உள்ளடக்கி திராவிடர் கழகமான போது, கலாச்சார ரீதியாக தமிழ் மறு மலர்ச்சிக்கு உழைத்தனர்.

பிறமொழி கலவளில் தமிழ்ப் பேசும் எழுதும் தனித்தமிழ்ப் போக்கு உச்சம் நோக்கி நகர்ந்தது.

சமஸ்கிருதப் பெயர்களைத் தவிர்த்து தூய தமிழ்ப் பெயர்களை குழந்தைகளுக்குச் சூட்டினர். 1967 வரை தமிழ்நாட்டை ஆண்ட காங்கிரஸ் கட்சியும் இந்த தமிழ் தேசிய சமூகநீதி கலையில் தப்ப முடியவில்லை.

முதல்வர் காமராஜர் இந்த வகையில் பல சமூக நலத் திட்டங்களை முன்னெடுத்தார். காமராஜரை பச்சைத் தமிழன் என்று பெரியார் பாராட்டினார். காங்கிரஸின் கொள்கைகள் தேசிய அளவில் வேறாகவும் தமிழக அளவில் வேறாகவும் இருந்ததையும் இங்கே குறிப்பிட வேண்டும்.

தி.மு.கவின் எழுச்சி, தமிழ் தேசிய இயக்கத் தலைவராக அண்ணா துரையை உயர்த்தியதோடு தமிழ் தேசிய இயக்கம் பரவுவதிலும் முக்கியப் பங்கு வகித்தது.

மேடைப் பேச்சு, பத்திரிகைகள், நாடகங்கள் என்று கிளை விரித்த திராவிட இயக்கத்தினர் சினிமாவையும் விட்டு வைக்கவில்லை.

அண்ணாவுக்குப் பின் பெரும் தலைவர்களாக உருவெடுத்த மு.கருணாநிதி கதை வசனம் எழுதிய பராசக்தி (1952) படம் பிறக்க ஒரு நாடு, பிழைக்க ஒருநாடு என்று தமிழர்கள் அல்லல்படுவதைத் தொட்டது.

மொழி, இனம், வரலாறு ஆகியவற்றை ஒரே மாதிரி கொண்ட மக்கள் வாழும் மாநிலங்களாக இருந்தால் பூசல்கள் குறையும். ஒற்றுமை அதிகமாகும் என்று மாநில மறுசீரமைப்புக் குழுவிடம் அளிக்கப்பட்ட மனு குறிப்பிடத்தக்கது.

1967ல் ஆட்சியைக் கைப்பற்றிய அண்ணாவின் தி.மு.க ஓராண்டுக்குள் முக்கியத்துவம் வாய்ந்த சமூக நலத்திட்டங்களை அமல்படுத்தியது. ரூபாய்க்கு ஒரு படி அரிசி திட்டம் அதன் தொடக்கம். உணவு தானியங்களின் விலை கட்டுப்படுத்தப்பட்டது.

அண்ணாவுக்கு அடுத்து வந்த கருணாநிதி ஏழைகளுக்கு வீடுகள் கட்டித்தரும் திட்டத்தைப் பெரிய அளவில் முன்னெடுத்தார். பள்ளிக்கூடங்கள், மருத்துவமனைகளின் எண்ணிக்கை பெருகியது.

தாழ்த்தப்பட்ட, பிற்படுத்தப்பட்ட மாணவர்கள் தங்கிப் படிப்பதற்கான விடுதிகளின் எண்ணிக்கை அதிகரிக்கப்பட்டது. ஏழை மாணவர்களுக்கு கல்வி உதவித்தொகை உயர்த்தப்பட்டது.

இதனூடாவே 'எங்கும் தமிழ் எதிலும் தமிழ்' உணர்வு தூக்கிப் பிடிக்கப்பட்டது. இதன் ஓர் அங்கமாக உருவான தமிழ்த்தாய் வாழ்த்து எல்லாப் பொது நிகழ்ச்சிகளிலும் தொடங்கப்படலானது.

தி.மு.க குறிப்பாக அண்ணா வழிவந்த கருணாநிதி மாநில சுயாட்சிக் கோரிக்கையை ஒரு தேசிய முழக்கமாகவே வளர்த்தெடுத்தவர்.

1950ல் இந்திய அரசியலமைப்புச் சட்டம் காஷ்மீருக்கு வழங்கிய அதிகாரங்களைப் போன்ற அதிகாரங்களையே எல்லா மாநிலங்களுக்கும் கேட்கிறது தமிழகம். அதைத்தான் மாநில சுயாட்சி என்று தி.மு.க குறிப்பிடுகிறது.

சுதந்திர இந்தியாவின் மேல் முனையில் இருக்கும் காஷ்மீருக்கும் கீழ் முனையில் இருக்கும் தமிழ்நாட்டுக்கும் வரலாற்றின் ஆரம்பத்திலிருந்தே அநேக ஒற்றுமைகள் இருந்து வருவதை அடுக்கலாம்.

தனித்த மொழி, தனித்த கலாச்சாரம், தனித்த அடையாளம் மட்டுமல்ல இரு பிராந்தியங்களுமே தனிநாடு கேட்டவை. இன்று உச்சபட்ச மாநில சுயாட்சிக்கான உரத்த குரலை ஒலிப்பவை.

நமது தேசத்துக் கென்று ஒரு கூட்டாட்சி அமைப்பு இருக்கும் போதிலும் நம்முடைய நாடாளுமன்ற அமைப்பும் அரசு நிர்வாகமும் நடைபெறும் விதத்தைப் பார்க்கும்போது ஒரு விசயம் தெளிவாகப் புலப்படும். அது மத்திய மாநில அரசுகளுக்கான தராசுத் தட்டுகள் இணையாக நிற்கவில்லை என்பதேயாகும்!

அண்ணாதுரை இந்துக் குடும்பத்தில் பிறந்தவராயிருந்தாலும் அவரின் கோட்பாடு சமயம் சாராதவராகவே வெளிப்படுத்தப் பட்டது.

அவர் 'ஒன்றே குலம் ஒருவனே தேவன்' என்ற கோட்பாட்டை வெளிப்படுத்தினார்.

கடவுள் ஒன்று. மனித நேயமும் ஒன்றுதான் என்பது அவர் கட்சியின் கொள்கை பரப்பாகவும் அவரின் தொண்டர்களாக கருதப்படும் அவரின் தம்பிகளின் கட்சி வாசகமாகவும் பின்பற்றப்பட்டது.

அவர் ஒரு நேர்காணலில் 'நான் எப்போதுமே கடவுளிடம் உண்மை யான நம்பிக்கையுடன் வாதாடுபவன்' என்றார்.

அண்ணாதுரை மூடநம்பிக்கை மற்றும் சமயச் சுரண்டல்களையும் பலமாகச் சாடினார். ஆனால் என்றுமே அவற்றின் சமூக தத்துவார்த்தங்களில் தலையிட்டதோ எதிர்த்ததோ இல்லை.

அறிஞர் அண்ணா அவரது கட்சியின் முக்கிய கொள்கை முழக்கமாக வும், அவரது கட்சியின் பண்பாடாகவும் கடமை, கண்ணியம், கட்டுப்பாடு ஆகிய மூன்று வார்த்தைகளை முன்மொழிந்தார்.

பொது வாழ்வில் ஒவ்வொருவரும் கடைப்பிடிக்க வேண்டிய அடிப்படையான பண்பாடுகளாக இவை கருதப்பட்டன.

◻

19. மொழி உரிமையும் நாட்டு ஒற்றுமையும்

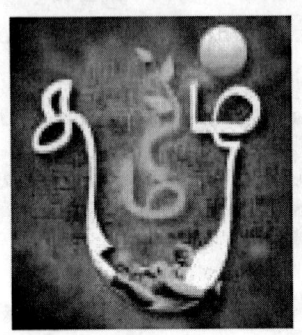

இந்தியக் குடிமக்களின் அடிப்படை உரிமைகள், அதிலும் குறிப்பாக சமத்துவத்துக்கான உரிமைகளைப் பற்றிப் பேசும் அரசமைப்புச் சட்டத்தின் 15(1) ஆம் பிரிவானது, 'இந்தியக் குடிமக்களில் யாரையும் மதம், இனம் சாதி, பாலினம், பிறந்த இடம் ஆகியவற்றின் அடிப்படையில் இந்திய அரசு பாகுபடுத்தாது' என்று கூறுகிறது.

இந்தப் பிரிவிலும் சரி; அரசாங்க வேலை வாய்ப்பில், பதவி விஷயங்களில் குடிமக்கள் யாரையும் மதம், இனம், சாதி, பாலினம், கால்வழி மரபு, பிறந்த இடம், வசிப்பிடம் ஆகியவற்றின் அடிப்படையில் இந்திய அரசு பாகுபடுத்தாது என்று கூறும் 16(2)ஆம் பிரிவிலும் சரி மொழியை இந்திய அரசு இந்தப் பட்டியலில் சேர்க்க வில்லை.

இதிலிருந்தே இந்திய மொழிகள் அனைத்தும் இந்திய அரசமைப்பில் ஒரே தகுதியைக் கொண்டவையல்ல என்பதும், இந்திய அரசு அனைத்து இந்திய மொழிக்ளையும் சமமானதாகப் பாவிக்காது என்பதும் தெள்ளத் தெளிவாகத் தெரிகிறது.

இந்தியாவின் அலுவல் மொழி பற்றிப் பேசும் 343(1)ஆம் பிரிவு 'இந்திய ஒன்றியத்தின் அலுவல் மொழி இந்தி' என்று கூறப்படுகிறது. பிறமொழி பேசும் மாநிலங்களுக்கான சலுகையாக, 'அலுவல் விஷயங்களுக்காக இப்போது ஆங்கிலம் பயன்படுத்தப்படுவதைப் போலவே அரசமைப்புச் சட்டம் அமலுக்கு வரும் நாளிலிருந்து அடுத்த 15 ஆண்டுகளுக்கு ஆங்கிலம் பயன்படுத்தபடுவது தொடரும்' என்று 343(2) கூறுகிறது.

எதற்கும் இருக்கட்டும் என்று, '15 ஆண்டுகளுக்குப் பிறகும் அலுவல் விஷயங்களுக்காக ஆங்கிலம் நீட்டிக்கப்படுவது அவசியமெனில், அதை நாடாளுமன்றத்தில் சட்டம் இயற்றுவதன் மூலம் நீட்டிக்க லாம்' என்று 343(3) கூறுகிறது.

தேச ஒற்றுமையின் பெயரிலான தனியுரிமை

பல தேசிய இனங்களைக் கொண்ட பல மொழிகளைப் பேசும் மக்களைக் கொண்ட ஒரு நாட்டில், ஒரு மொழிக்கு மட்டும் ஏனிந்த அலுவல் மொழி என்ற தனியுரிமை? ஒரு நாட்டில் உள்ள அனைத்து மதங்களும், இனங்களும், சாதிகளும் சமமாகப் பாவிக்கப்பட வேண்டும் எனில், மொழி விஷயத்தில் மட்டும் ஏனிந்தப் பாரபட்சம் காட்டப்பட வேண்டும்?

இதற்கான விடை: தேச ஒற்றுமை. 'இந்தியாவிலுள்ள அனைத்து மக்களுக்கும் தெரிந்த மொழியாக ஒரு மொழியேனும் இருக்க வேண்டும். அது இந்திய மொழியாக இருக்க வேண்டும். அனை வரும் ஒரே மொழியில் தங்களது கருத்துக்களை, உணர்வுகளைப் பகிர்ந்து கொண்டால்தான் மக்கள் அனைவருக்கும் நாம் ஒரே தேசத்தவர் என்ற உணர்வும் வரும்,தேசிய ஒருமைப்பாடு ஓங்கும்' என்ற தர்க்கமே இதன் அடிப்படை.

❐

20. இந்தி எதிர்ப்பையும், சமூகநீதியையும் முன்னெடுத்த இயக்கம்

தென்னிந்திய நலவுரிமைச் சங்கம் என்ற அரசியல் கட்சி 1916ஆம் ஆண்டு துவங்கப்பட்டது. பிராமணர்களுக்கு எதிராகவும், அவர்களின் பொருளாதார மற்றும் அரசியல் ஆதிக்கத்துக்கு எதிராகவும் துவக்கப்பட்டது.

இக்கட்சியே பின்னாளில் நீதிக்கட்சி எனப் பெயர் மாற்றம் பெற்றது. பிராமணர் அல்லாதவர்களின் சமூகநீதி காத்திடவும், அவர்களின் கல்வி, அரசு அதிகாரத்தில் பங்கெடுப்பு போன்றவற்றை வலியுறுத்து வதற்காகவும் உருவாக்கப்பட்டது.

அக்கட்சி பிராமணரல்லாதாரை ஒடுக்க பிராமணர்கள் பின்பற்றி வந்த வர்ணாசிரம தத்துவத்தை முற்றிலும் எதிர்த்தது.

1937ல் இந்தி கட்டாயப் பாடமாக மதராஸ் மாகாணப் பள்ளிகளில் அரசால் திணிக்கப்பட்டபோது, தனது எதிர்ப்பை நீதிக்கட்சியின் மூலம் வெளிப்படுத்தினார்.

1937ஆம் ஆண்டிற்குப் பிறகு இந்தி எதிர்ப்பு போராட்டத்தின் விளைவாக திராவிட இயக்கத்திற்கு கணிசமான மாணவர்களின் ஆதரவு கிட்டியது.

பின்னாட்களில் இந்தி எதிர்ப்பு தமிழக அரசியலில் பெரும் பங்கு வகித்தது. இந்தியை ஏற்றுக் கொள்வதால் தமிழர்கள் அடிமைப்படு வார்கள் என்ற காரணத்தால் முற்றிலும் எதிர்க்கப்பட்டது.

நீதிக்கட்சிக்கு மிகுதியான மக்கள் ஆதரவு இல்லாததினால் மிகவும் நலிவடைந்திருந்தது. 1939ல இந்தி எதிர்ப்பு போராட்டத்தினால் சிறை வைக்கப்பட்டிருந்த பெரியார் விடுதலையானதும் அக்கட்சித் தலைவர் பொறுப்பை ஏற்றார்.

அவரின் தலைமையில் கட்சி சிறப்புடன் வளர்ச்சி கண்டது. இருப்பினும் கட்சியின் பெரும்பாலான பொதுக்குழு உறுப்பினர்கள் கல்வியறிவு பெற்றவர்களாகவும், செல்வந்தர்களாகவும் இருந்தமை யால் பலர் பெரியாரின் தலைமையின்கீழ் ஈடுபட மனமில்லாமல் விலகினர்.

1944ல் நீதிக்கட்சித் தலைவராக பெரியார் முன்னின்று நடத்திய நீதிக்கட்சிப் பேரணியில் திராவிடர் கழகம் என பெரியாரால் பெயர் மாற்றப்பட்டு, அன்று முதல் திராவிடர் கழகம் என அழைக்கப் பட்டது.

இருப்பினும் பெரியார் நீதிக்கட்சியை திராவிடர் கழகம் எனப் பெயர் மாற்றியதற்கு சிலர் எதிர்ப்புத் தெரிவித்து மாற்று அணி, நீதிக் கட்சியின் நீண்ட அனுபவமுள்ளவரான பொ.தி.இராசன் தலைமை யில் துவக்கப்பட்டு 1957 வரை அம்மாற்று அணி செயல்பட்டது.

திராவிடர் கழகத்தின் கொள்கை நகர மக்களிடமும் மாணவ சமுதாயத்தினரிடமும் வெகு விரைவாகப் பரவியது. இக்கட்சியின் கொள்கைகளும், இதன் சார்ந்த செய்திகளும் வெகுவிரைவிலேயே கிராமத்தினரிடமும் பரவியது.

பார்ப்பன புரோகிதர்களின் அடையாளங்களான இந்தி மற்றும் சமயச் சடங்குகள் தமிழ் பண்பாட்டுக்கு விரோதமானவை என அடையாளம் காணப்பட்டு விலக்கி வைக்கப்பட்டன.

அவ்வடையாளங்களின் பாதுகாவலர்களாக விளங்கும் பார்ப்பனர்கள், இந்நிலையை எதிர்த்து வாய்மொழித் தாக்குதல்களை தொடுக்க லாயினர்.

1949 முதல் திராவிடர் கழகம் தங்களை மூடநம்பிக்கை எதிர்ப்பாளிகளாகவும், சமூக சீர்திருத்தவாதிகளாகவும் சமூகத்தில் அடையாளப்படுத்தும் வகையில் செயல்படலாயினர். திராவிடர் கழகம் தலித்துகளுக்கு எதிராகப் பயன்படுத்தப்படும் தீண்டாமயை மிகத் தீவிரமாக எதிர்ப்பதிலும், ஒழிப்பதிலும் முனைப்புடன் செயல்பட்டது.

1949ல் பெரியாரின் தலைமைத் தளபதியான அண்ணாத்துரை பெரியாரிடமிருந்து பரிந்து திராவிட முன்னேற்றக்கழகம் என்ற தனிக்கட்சியை 17 செப்டம்பர் 1949 அன்று சென்னையில் துவக்கி னார். இந்தப் பிரிவுக்கு பெரியார் மற்றும் அண்ணாதுரையிடம் நிலவிய இருவேறு கருத்துக்களே காரணம் எனக் கூறப்படுகின்றது.

பெரியார் திராவிட நாடு அல்லது தனித்தமிழ நாடு கோரிக்கையை முன்வைத்தார். ஆனால் அண்ணாதுரை தில்லி அரசுடன் இணக்க மாக இருந்து கொண்டு கூடுதல் அதிகாரங்களைக் கொண்ட மாநில சுயாட்சி பெறுவதில் அக்கறை காட்டினார்.

அவர்கள் கட்சியினர் தேர்தலில் போட்டியிடுவதை விரும்பினர். பெரியார் தன்னுடைய கட்சியின் இலட்சியங்களாகவும், தனது லட்சியங்களாகவும் முன்னிறுத்திய சமுதாய மறுமலர்ச்சி, சமுதாய விழிப்புணர்வு, மூடநம்பிக்கை ஒழிப்பு, கடவுள் மறுப்பு போன்ற வற்றை அரசியல் காரணங்களுக்காக சிறிதும் விலகி நிற்க அல்லது விட்டுக் கொடுக்க விரும்பவில்லை.

ஆகையால் பெரியார் தனது கட்சியை அரசியல் கட்சியாக மாற்ற விருப்பமில்லை என்பதை அவரின் கட்சியின் அதிருப்தியடைந்த தொண்டர்களிடமும், உறுப்பினர்களிடமும் தெரிவித்து அவர் களைச் சமாதானப்படுத்தினார்.

பெரியாரிடமிருந்து பிரிந்து போகும் தருணத்திற்கு காத்திருந்த வர்கள் ஜுலை 9 1948 அன்று பெரியார் தன்னை விட 40 வயது இளையவரான மணியம்மையாரை மறுமணம் புரிந்ததைக் காரணம் காட்டி கட்சியிலிருந்து அண்ணாதுரை தலைமையில் விலகினர்.

அண்ணாதுரை விலகும்போது தன்னை அரசியலில் வளர்த்து ஆளாக்கிய தலைவனை வணங்கி கண்ணீர் விட்டு பிரிகின்றோம் என்று கூறிப் பிரிந்து சென்று கட்சி ஆரம்பித்த காரணத்தினால், அண்ணாதுரையின் தி.மு.க கட்சியை கண்ணீர் துளி கட்சி என அது முதல் பெரியார் வர்ணிக்கலானார்.

அதன் பின் பெரியாருக்காக தி.மு.க தலைவர் பதவி காலியாக உள்ளது என அண்ணாதுரை அறிவித்தார்.

1956ல் சென்னை மெரினாவில் இந்துக் கடவுளான இராமரின் உருவப்படம் எரிப்பு போராட்டத்தை நடத்திய பெரியாருக்கு தமிழ்நாடு காங்கிரஸ் கட்சித் தலைவராக இருந்த பி.கக்கனால் கடும் எச்சரிக்கை விடுக்கப்பட்டது.

பெரியர் அந்த போராட்டத்தில் கைது செய்யப்பட்டு சிறையில் அடைக்கப்பட்டார்.

1958ல் பெரியார் மற்றும் அவரது செயல் வீரர்கள் பெங்களூரில் நடைபெற்ற அனைத்திந்திய அலுவல் மொழி மாநாட்டில் கலந்து கொண்டனர்.

அம்மாநாட்டில் பெரியார் ஆங்கிலத்தை இந்திக்கு மாற்றுதலான அலுவல் மொழியாக அரசாங்கத்திடம் வலியுறுத்திப் பெற்றுக் கொள்ள வலியுறுத்தினார்.

1962ல் பெரியார் தனது கட்சியான திராவிடர் கழகத்தின் புதிய பொதுச் செயலாளராக கி. வீரமணியை முழு நேரமும் கட்சிப் பொறுப்பைக் கவனிக்கும் விதத்தில் நியமித்தார்.

ஐந்தாண்டுக்குப் பிறகு பெரியார் வடஇந்தியா சுற்றுப்பயணம் மூலம் சாதீயங்களை ஒழிக்க பிரச்சாரம் மேற்கொண்டார்.

இவரின் சமுதாயப் பங்களிப்பைப் பாராட்டி 1970 ஜூன் 27 அன்று யுனஸ்கோ மன்றம் என்ற அமைப்பு ‘புத்துலக நோக்காளர், தென் கிழக்காசியாவின் சாக்கிரடீஸ், சமூக சீர்திருத்த இயக்கத்தின் தந்தை’ என்று பாராட்டுச் சான்றிதழ் வழங்கியுள்ளது.

அண்ணாதுரை அரசியலில் ஈடுபாடு கொண்டு நீதிக்கட்சியில் 1935ல் தன்னை ஈடுபடுத்திக் கொண்டார். நீதிக்கட்சி பிராமணரல்லாதோருக்கான அமைப்பாக 1917ல் மதராஸ் ஒருங்கிணைப்பு இயக்கம் என்ற அமைப்பிலிருந்து உருவாக்கப்பட்டது.

ஆரம்பத்தில் பிராமணரல்லாதோர் மாணவர்களின் கல்விச் செலவை ஏற்கும் விதத்திலும் அவர்களின் கல்வி மேம்பாட்டிற்கு வழிவகை செய்யும் விதமாக பல உதவிகளை புரிந்து வந்தது.

பின்னாளில் இது அரசியல் கட்சியாக சர். பி.டி தியாகராய செட்டி மற்றும் டி.எம். நாயர் தலைமையில் துவங்கப்பட்டது.

இக்கட்சி பின்னர் தென்னிந்தியர் நலவுரிமைச் சங்கம் எனப் பெயரிடப்பட்டு பின் நீதிக்கட்சியாக பெயர் மாற்றம் கண்டது.

இக்கட்சியே சென்னை இராசதானியில் சுயாட்சி முறையைப் பின்பற்றி 1937ல் இந்திய தேசிய காங்கிரசால் தோற்கடிக்கப்படும் வரை ஆட்சியில் இடம் பெற்றிருந்தது.

அந்த நேரத்தில் அண்ணாதுரை நீதிக்கட்சியில் பெரியாருடன் சேர்ந்தார். பெரியார் அப்பொழுது நீதிக்கட்சியின் தலைவராகப் பொறுப்பேற்றிருந்தார்.

அண்ணாதுரை நீதிக்கட்சி பத்திரிக்கையின் உதவி ஆசிரியராக பொறுப்பேற்றிருந்தார். பின்பு விடுதலை மற்றும் அதன் துணைப் பத்திரிக்கையான குடியரசு பத்திரிகைக்கு ஆசிரியர் ஆனார்.

பிறகு தனியாக திராவிட நாடு என்ற தனி நாளிதழை தொடங்கினார். 1944ல் பெரியார் நீதிக்கட்சியை திராவிடர் கழகம் என்று பெயர் மாற்றினார். தேர்தலில் போட்டியிடுவதையும் கைவிட்டார்.

பிரித்தானிய கானிய ஆதிக்கத்தை இந்திய தேசிய காங்கிரசு மிக வன்மையாக எதிர்த்து இந்தியாவின் சுதந்திரத்துக்கு வழிவகுத்தது.

இக்கட்சி பெரும்பாலும் பிராமணர்கள் மற்றும் வடஇந்தியர்களின் ஆதிக்கம் மிகுந்த கட்சியாக தென்னிந்திய மக்களாலும் குறிப்பாக பெரியாராலும், தமிழர்களாலும் பெரிதும் விமர்சிக்கப்படுகிறது.

இவர்களிடமிருந்து தென்னிந்தியாவை மீட்க பெரியார் பெரிதும் விரும்பினார். இக்காரணங்களை முன் வைத்தே பெரியார் இந்தியாவின் சுதந்திர தினமான ஆகஸ்டு 15, 1947 அந்த நாளை கருப்பு தினமாக எடுத்துக் கொள்ளுமாறு அவரின் தொண்டர் களுக்கு அழைப்பு விடுத்தார்.

அண்ணாதுரை இக்கருத்தில் முரண்பட்டார். இக்கருத்து பெரியாருக்கும், அவரின் ஆதரவாளர்க்கும் கருத்து வேறுபாட்டால் விரிசல் ஏற்படக் காரணமாயிற்று.

அண்ணாதுரை இந்தியாவின் சுதந்திரம் அனைவரின் தியாகத்தாலும் வியர்வையினாலும் விளைநதது. அது வெறும் ஆரிய, வட இந்தியர் களால் மட்டும் பெற்றது அல்ல என்று வலியுறுத்தினார்.

திராவிடர் கழகம் ஜனநாயகமாக தேர்தலில் பங்கு கொள்ளாமல் விலகி நிற்கும் பெரியாரின் கொள்கையை எதிர்த்தும் அண்ணாதுரை முரண்பட்டார். இதன் வெளிப்பாடாக 1948ல் நடைபெற்ற கட்சிக் கூட்டத்திலிருந்தும் வெளிநடப்பு செய்தார்.

பெரியார் தேர்தலில் பங்கு பெறுவதால் தனது பகுத்தறிவு, சுய மாரியாதை, தீண்டாமை ஒழிப்பு, மூடநம்பிக்கை ஒழிப்பு போன்ற அவரின் கொள்கைகளுக்கு சமாதானமாக போகக் கூடிய நிலையை அல்லது சற்று பின்வாங்கும் நிலைபாட்டை அவர் கட்சிக்கு ஏற்படுத்துவதில் பெரியார் விரும்பவில்லை.

அரசியலுக்கு அப்பாற்பட்டு இருந்தாலொழிய சமுதாய சீர்திருத்தங் களை, சமுதாய விழிப்புணர்வு பிரச்சாரங்களைத் தடையின்றி அரசுக்கெதிராகவும் மேற்கொள்ள முடியும் என்பதை பெரியார் நம்பினார்.

இறுதி நிகழ்வாக பெரியார் தன்னைவிட 40 வயது இளையவரான மணியம்மையாரை மணம் புரிந்ததால் அண்ணாதுரை தனது ஆதரவாளர்களுடன் வெளியேறினார்.

அண்ணாதுரை மற்றும் பெரியாரின் அண்ணன் மகன் மற்றும் வாரிசு என கருதப்பட்ட ஈ.வெ.கி. சம்பத் மற்றும் திராவிடக் கழகத்தி

லிருந்து பிரிந்தவர்களுடன் இணைந்து புதிய கட்சி துவங்க முடிவெடுக்கப்பட்டது.

அதன்படி 17 செப்டம்பர் 1949 அன்று திராவிட முன்னேற்ற கழகம் என்ற கட்சி கொட்டும் மழையில் ராபிசன் பூங்காவில் தொடங்கப்பட்டது.

அண்ணாத்துரை அதன் நிறுவன பொதுச் செயலாளர் ஆனார். அண்ணாத்துரை ஏழைகள் மற்றும் கீழ் தட்டு சாதி வகுப்பினரின் சமூக உரிமைகளுக்காக பாடுபட்டமையால் அம்மக்களின் அபரிமிதமான செல்வாக்கை வெகு விரைவிலேயே பெற்றார் என்று இந்தியாவின் தலித் கலைக்களஞ்சியம் கூறுகிறது.

அவர் தொடங்கிய தி.மு.கவும் செல்வாக்கு பெற்றது. தேர்தல் அரசியலில் ஆர்வம் கொண்ட தி.மு.க பங்கெடுத்த முதல் சட்டமன்ற தேர்தலிலேயே 13 இடங்களை கைப்பற்றியது.

◻

21. தமிழ்மொழி வளர்ச்சிக்கு கூடுதல் நிதி ஒதுக்கீடு

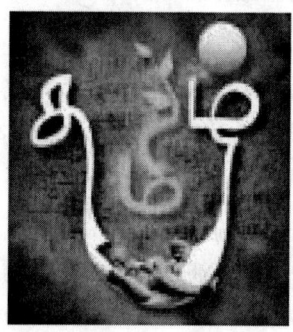

தூத்துக்குடி மாவட்டத்தைச் சேர்ந்த செல்வகுமார், உயர்நீதி மன்ற கிளையில் தாக்கல் செய்த மனுவில் :

செம்மொழியான தமிழை உலகம் முழுவதும் 100 மில்லியனுக்கும் அதிகமானோர் பேசுகின்றனர்.

ஆனால் மத்திய அரசு மூன்று ஆண்டுகளில் தமிழ்மொழி வளர்ச்சிக் காக ரூ. 22.94 கோடி மட்டுமே ஒதுக்கியது. ஆனால் சமஸ்கிருத மொழிக்கு ரூ. 643.85 கோடி ஒதுக்கியுள்ளது.

எனவே செம்மொழியான தமிழ்மொழியின் வளர்ச்சிக்கு ரூ.1000 கோடி ஒதுக்கீடு செய்யவும், செம்மொழி தமிழாய்வு மத்திய நிறுவனத்தை நிகர்நிலை பல்கலைக் கழகமாக மாற்றவும், இந்தியா முழுவதும் செம்மொழியான தமிழை கொண்டு செல்ல போதுமான கல்வி நிறுவனங்களை துவங்கவும் உத்தரவிட வேண்டும் என்று மனுவில் கூறியிருந்தார்.

இந்த மனு நீதிபதிகள் ஆர். மகாதேவன், சத்ய நாராயண பிரசாத் ஆகியோரர் அடங்கிய அமர்வில் விசாரணைக்கு வந்தது.

அப்போது நீதிபதிகள் செம்மொழி தமிழாய்வு மத்திய நிறுவனத்தில் காலியாகவுள்ள பணியிடங்களை விரைந்து நிரப்ப வேண்டும். நிலுவையிலுள்ள வழக்குகளை விரைந்து முடிக்க நடவடிக்கை எடுக்க வேண்டும்.

தமிழ்மொழியை வளர்ப்பதில் ஒன்றிய அரசுக்கு ஆர்வம் உள்ளது. அதே நேரம் போதுமான ஆவணங்கள் ஏதும் தாக்கம் செய்யப்பட வில்லை.

தமிழ் வளர்ச்சி நிறுவனத்தின் கிளையை தமிழ்நாடு மட்டுமின்றி நாடு முழுவதிலும் வெளிநாடுகளிலும் துவக்க நடவடிக்கை எடுக்க வேண்டும் தமிழ் மொழியை பொறுத்தவரை தொலைநோக்கு பார்வையுடன் கூடிய முன்னெடுப்புகள் எதுவும் இன்னும் துவக்க வில்லை.

இந்தியாவின் கலாச்சாரம் மற்றும் வரலாற்றில் தமிழின் ஆழம் எதிரொலிக்கிறது. கலை மற்றும் இலக்கியத்துக்கு மொழி பெரும் பங்காற்றியுள்ளது.

எனவே தமிழ்மொழியின் வளர்ச்சிக்கு தேவையான கூடுதல் நிதியை ஒதுக்கீடு செய்து செம்மொழி தமிழாய்வு மையத்தை நிகர்நிலை பல்கலைக் கழகமாக மாற்ற 16 வாரத்தில் தேவையான நடவடிக்கை எடுக்க வேண்டும் என உத்தரவிட்டனர்.

❐